வாதவூரான் பரிகள

வாதவூரான் பரிகள்

இரா. முருகன்

எழுத்து பிரசுரம்

Title: Vaathavooran Parigal
Author's Name: Era. Murugan

Published by Ezutthu Prachuram

Ezutthu Prachuram
(An imprint of Zero Degree Publishing)
No.75 & 76, Kuppusamy Street,
Balaji Nagar,
Padi,
Chennai - 600050

Website: www.zerodegreepublishing.com
E Mail id: zerodegreepublishing@gmail.com
Phone: 89250 61999

Ezutthu Prachuram First Edition: February 2025

ISBN:978-93-48439-91-8

TITLE NO EP:560

Rs. 100/-

Cover Design & Layout: Vijayan, Creative Studio
Printed at Rathna Offset, Chennai, India

பொருளடக்கம்

1. கற்றட்டு

பிற மொழி இலக்கியம், முக்கியமாக நாவல் படிக்க எடுக்கும்போது என்ன மாதிரி உணவு வகைகள் அந்தப் படைப்பில் சொல்லப்பட்டுக் கடந்து போகின்றன என்று கவனித்துக்கொண்டு போவது சுவாரசியமானது. தம் பிரியாணியில் இதைத் தொடங்கலாம்.

நான் வாசனை பிடித்து மயங்கிய நாவல், என் நண்பரும் பிரபலமான மலையாள எழுத்தாளருமான என்.எஸ்.மாதவன் எழுதிய 'லந்தன் பத்தேரியிலெ லுத்தினியகள்.' படிக்க ஆரம்பித்து உள்ளே போனதுமே கம்மென்று தம் பிரியாணி வாடை. நாவலின் முக்கியக் கதாபாத்திரமான ஜெசிக்காவின் ஞானஸ்நான விழா கொண்டாடும்போது பிரியாணி சமைக்கிறார்கள். என்.எஸ்.மாதவனும் என்னைப் போல் நல்ல உணவு ரசிகர். தம் பிரியாணி சமைத்ததை இப்படி எழுதுகிறார்

"வெங்காயமும் இஞ்சியும் மற்றதும் வறுபட்டு நல்ல வாசனை வர ஆரம்பித்து, சமையல் கொட்டகையில் பரவியபோது எட்வின் சேட்டன் அந்தக் கொப்பரையில் மாமிசத் துண்டுகளை இட்டுக் கலந்தார். இறைச்சி சிவந்தபோது, தயிரும் கசகசாவும் உப்பும் சேர்த்து வறுத்தார்.

அரிசி ஈரம் உலர்ந்தபோது கொப்பரைக்குள் தண்ணீர் விட்டு, அதை மூடி வைத்தார். "சர்க்காரியாவே, சோறு கொழஞ்சுடாம பார்த்துக்க. பிரியாணியிலே பாதி வேலை அரிசி வேக வைக்கறதுதான். வெந்த அரிசிக்குள்ளே அந்த அரிசிமணியோட கண்ணு தெரியணும்".

பாதி வெந்த இறைச்சியோடு எலுமிச்சைச் சாறும், அரிந்து வைத்திருந்த கொத்துமல்லித் தழையும் சேர்த்து தம் மசாலாப் பொடியை நக முனையால் அளந்து தூவினார்".

பிரியாணி சமைக்க, தம் வைக்க சமையல் குறிப்பை விவரமாகச் சொல்வதோடு சேர்மானங்களின் விவரத்தையும் விரிவாகத் தருகிறார் இப்படி :

இளசான ஆட்டு மாமிசம் - 10 ராத்தல்
பிரியாணி அரிசி - 5 படி
வெங்காயம் - 5 ராத்தல்
உள்ளிப்பூண்டு - ½ ராத்தல்
பச்சை மிளகாய் - 1 ராத்தல்
இஞ்சி - ½ ராத்தல்
பச்சைக் கொத்துமல்லி - 10 கட்டு
கற்பூர துளசி - 5 கட்டு

நான் என்.எஸ்.மாதவன் சாரின் தம் பிரியாணியில் மயங்கி அவருடைய அனுமதி பெற்று நாவலை பீரங்கிப் பாடல்கள் என்று மொழிபெயர்த்தது பின் கதை என்றால் அதற்கும் பின்னால் இன்னொரு தகவலும் உண்டு. சமையல் குறிப்பில் வரும் கற்பூர துளசி என்ன மாதிரியான விஷயம் என்று எனக்கு உற்றாரும் உறவினருமான அன்னையரை விசாரிக்க, அது கறுப்பு துளசி என்றார்கள் உடனே பலரும். துளசியை ஏன் பிரியாணியில் போடணும்?

மாதவனையே கேட்டேன் - சார், கற்பூர துளசி என்று தம் பிரியாணிக்குச் சேர்க்க வேண்டிய பொருட்களின் பட்டியலில் கொடுத்திருக்கிறீர்களே, அது என்னவாக்கும்?

அவர் சொன்னார் - அது புதினா. கற்பூர துளசி பழைய பெயர். இந்தத் தலைமுறை மலையாளிகளுக்கும் அது அவ்வளவாகப் பரிச்சயம் இல்லாதது.

1950 - 60களின் கேரள அரசியல், மதம், சமூகம், கலை, இலக்கியம் பற்றி விரிவாகப் பேசும் அந்த முத்திரை பதித்த iconic நாவலில் இன்னும் கூட இரண்டு சமையல் குறிப்புகள் உண்டு மட்டன் பஸந்த் செய்முறையும், மக்ரோனி பாயசம் காய்ச்சும் விவரமும்.

★★★

அது அண்டை அயல் இலக்கியம் என்றால் இது கடல் கடந்து வந்தது-

நோபல் பரிசு பெற்ற எகிப்திய எழுத்தாளர் நக்யுப் மஹ்ஃபுஸின் 'கெய்ரோ மூன்று நாவல் தொகுதி' படித்தேன். எகிப்திய தி.ஜானகிராமன் என்று அவரை நான் சொல்லத் தயார். சிதறிக் கொண்டிருக்கும் குடும்பங்கள், சின்னச் சின்ன சோரங்கள், மனக் குமைச்சல், இசை மேல் விருப்பம் என்று பொதுவான நகாசும், கதை முடிச்சுகளும் தட்டுப்படுகின்றன. மாமியார் மருமகள் சண்டை மருமகளின் அப்பாவை வரவழைத்து நீதி கேட்பதில் நிற்கிறது. சிக்கலான பிரச்னை. சிர்கேஸிய பாணி கோழிக்கறியை அவர்களில் யார் யாருக்குச் செய்யக் கற்றுக் கொடுத்தார்கள் என்று அடித்துக் கொள்கிறவர்களை விலக்கி, நீங்க சொன்னது தான் சரி என்று அவசர நீதிப் பிரகடனம் செய்து தன் மகளை அவளுடைய மாமியாரிடம் மன்னிப்பு கேட்கச் சொல்கிறார். அப்போதைக்கு அமைதி நிலவுகிறது.

மஹ்ஃபுஸ் மிதமான நகைச்சுவையோடு சொல்லும் இந்த அத்தியாயம் தவிர சிரிப்பு அபூர்வமான, எனில் சுவையான இந்த நாவல், காலைச் சிற்றுண்டிக்கு கோதுமை ரொட்டி தயாரித்து, ஒரு மத்தியதரக் குடும்பம் கூடியிருந்து உண்பதில் தொடங்குகிறது. முட்டை, பாலாடைக் கட்டி, அவரை, எலுமிச்சை ஊறுகாய் என்று ரொட்டிக்குப் பக்கவாத்தியம் ஒத்து சேர்கிறது. வீட்டுப் பெரியவர்கள் முதலில் திருப்தியாக சாப்பிட்டு எழுந்த பின்னர் இளைய தலைமுறையும் குழந்தைகளும் மீதி இருப்பதை உண்ணும் கலாசாரம் அவர்களுடையது. மறுபடி பிற்பகலில் குடும்பம் கூடி உட்கார்ந்து அரட்டை அடித்தபடி காப்பி குடிப்பது விஸ்தாரமாக வருகிறது. போகிற போக்கில் அராபிய இனிப்பு பக்லவாவும் குறிப்பிடப்படுகிறது.

சென்னையில் அந்த துருக்கி-அரேபிய இனிப்பு கிடைக்குமா என்று

கூகுள் தேடல் செய்த ஐந்தாவது நிமிடம் டன்ஸோ வினியோக சேவை நிறுவன ஊழியர் வாசல் மணி ஒலிக்க, பக்லவா வந்து சேர்ந்தது. உலர் திராட்சை, பாதாம், பிஸ்தா சீவல் என்று தேன் பாகில் சீவிப் போட்டு அவசரமாகப் பிடித்த சுவைக்கட்டியாக அசட்டு இனிப்புச் சுவையோடு பக்லவா இருப்பதைச் சொல்லாமல் இருக்க முடியாது.

★★★

ஓரான் பாமுக்கின் ‘இஸ்தான்புல்’ அல்புனைவு நூல் அடுத்துப் படிக்கக் கிடைத்தது. இஸ்தான்புல் நகரின் அழகை உயர்த்திக் காட்டும் டான்யூப் நதிக்கரைக்கு புத்தகம் நகர்கிறது. கரையோரம் நடக்கும் எழுத்தாளர் பழைய நினைவுகளை அசைபோடும்போது அங்கே கூவிக் கூவி சிறு வியாபாரிகள் விற்கும் காகித அல்வா வாங்கி உண்டதை நினைவு கூர்கிறார்.

எனக்கு அங்கே கொறிக்க காகித அல்வா கிடைத்தது. காகிதத்தைப் போட்டு அல்வா கிண்டித் தின்ன முடியுமா? அல்லது, நம்ம கோழிக்கோடு மிட்டாய்த் தெரு இனிப்புப் பலகாரக் கடைகளில் கோழிக்குஞ்சு எசென்ஸ் ஊற்றிக் கலந்து கோழி அல்வா செய்து பரபரப்பான விற்பனையில் இருப்பது மாதிரியா இந்த அரேபிய இனிப்பு?

பேப்பர் அல்வா என்பது மெல்லிய தகடுகளாக அல்வாத் துண்டைச் சீவி இரண்டு தகடுகளுக்கு நடுவே இனிப்பு மாவாவோ உலர்திராட்சை, பாதாம்பருப்போ இட்டுத் தருவது என்று ஒரு சாரார் சொல்ல, அது வேபர் அல்வா எனில், பொறுபொறுவென்று வறுவல் மாதிரியான பிஸ்கட்டுக்கு நடுவே அல்வா வைத்துத் தின்னத் தருவது என்று இன்னொரு குழுவினர் அபிப்பிராயப்படுகிறார்கள்.

★★★

உடைப்பு *Things Fall Apart* நாவல் அடுத்து கிடைத்தது.

நைஜீரிய எழுத்தாளரான நோபல் பரிசு பெற்ற சினுவா அச்பெ எழுதிய இந்த நூலை மறுவாசிப்பு செய்தேன். சின்னச் சின்ன சம்பவங்கள் மூலம் நகரும் கதை இது. அவ்வப்போது விருந்தினர்களாக நைஜீரியர்கள் பயணம் வைத்து நண்பர்களையும்

உறவினர்களையும் சந்திக்கும்போது கோக்கோ கொட்டைகளைத் தின்னக் கொடுத்து உபசரிப்பது நாவலில் சீராக நடக்கிறது.

ஃபூ-ஃபூ என்ற வாழைக்காய்ப் பொடி கரைத்துச் சமைத்ததையும், சர்க்கரை வள்ளிக்கிழங்கு கூட்டையும் பரிமாறி உபசரிக்கிறார்கள். விருந்தினருக்கு உணவாகப் பரிமாறவே வீட்டுக்கு வீடு வள்ளிக் கிழங்கு சாகுபடியாகிறது.

விருந்தாளி தலை தட்டுப்பட்டதும் மரக் கலுவங்களில் மேற்படி கிழங்கும் வாழைக்காய்ப் பொடிச் சத்துமாவும் வேக வைக்க மண் அடுப்பில் ஏறுகின்றன. கடலுக்கு வெகு தொலைவில் இருக்கும் பிரதேசம் என்பதால் அபூர்வமான பொருளான உப்புக் கட்டிகளைப் பார்த்துப் பார்த்து இட்டுக் கிண்டிக் கிளறி மரவைகளில் நிரப்பி எடுத்து வந்து வயிற்றுக்கு வஞ்சனையில்லாமல் சாப்பிடுகிறார்கள்.

★★★

நைஜீரியாவில் உண்ண நிரப்பும் மரவை, கர்னாடகத்தில் அகழ்வாராய்ச்சி செய்யும்போது கிடைத்த புராதனப் பொருட்களில் ஒன்றை நினைவுபடுத்துகின்றது. கருங்கல் சாப்பாட்டுத் தட்டுதான் அது. விஜயநகரப் பேரரசின் பதினேழாம் நூற்றாண்டு காலத்தானது.

கருங்கல்லில் குழித்து பெரிய நீள்சதுரக் குழியில் சோறும் அடுத்திருக்கும் சிறு வட்டக் குழிகளில் வியஞ்சனமும், புளிக்குழம்பும் வைத்து விளம்பிய கல் தட்டு. தட்டின் தாராளமான நீள அகலம் மற்றும் ஆழம் பார்க்கும்போது வயிறு நிறைய, தற்போதைய மூன்று சராசரி ஆட்கள் உண்ணும் ஆகாரத்தை அந்தக் கால மனுஷர் ஒருத்தரே உண்டதாகத் தெரிகிறது. இந்த வரலாறு படைத்த கல் தட்டு - கற்றட்டுக்கு என் ‘மிளகு’ பெருநாவலில் ஓர் இடம் கொடுத்தேன். நம்மாலானது.

★★★

நெட்ஃப்ளிக்ஸில் ஜப்பானிய டிவி சீரியல் காந்தரோ *(Kantaro)* பார்த்தவர்கள் கையசைக்கவும்.

புத்தக வெளியீட்டு நிறுவனத்தின் விற்பனைப் பிரதிநிதியான கதாநாயகனுக்கு ஸ்வீட் என்றால் உயிர். தினசரி வேலையை

எப்படி சீக்கிரம் முடித்துவிட்டு டோக்கியோவில் அங்கங்கே இருக்கப்பட்ட புகழ் பெற்ற மிட்டாய்க் கடைகளில் நுழைந்து அந்தக் கடைகளில் அதிக விற்பனையாகும் இனிப்பு ஆர்டர் செய்து அணு அணுவாக ரசித்து, வாயும் வயிறும் நிறையச் சாப்பிடுவது என்று திட்டமிட்டுச் செயலாற்றுகிறவன்.

இந்த ஒன் லைனை வைத்துக்கொண்டு அதகளப்படுத்தியிருக்கிறார்கள். டோக்கியோ மிட்டாய்க் கடைகளை இண்டு இடுக்கு விடாமல் காட்டி அவை விற்பனைக்கு வைக்கும் இனிப்புகளை உடனே வாங்கித் தின்ன ஆசையைக் கிளப்பும் படப்பிடிப்பு. கதாநாயகன் காந்தரோவாக வருகிறவர் ஜப்பானிய மரபு நடனமான கபூகி ஆட்டத்தில் பெயர் பெற்ற மத்ஸ்யூ ஓனே.

தேடி வந்த ஸ்வீட் கிடைத்து வாயிலிட்டு முதல் சுவை நாவில் தட்டுப்பட போகம் போல உடல் சிலிர்த்து ஒரு வினாடி கண்மூடி அனுபவிக்கும் அவரது அபிநயம் அலாதியானது. டொடெமொ அமாய்! *So Sweet.*

ஜூன் 2022

2. 'என்னை எரிக்கப்போறோம்'

பயணம் செய்யத் தயாராவது பயணத்தைப் போல் சுவாரசியமான விஷயமாக ஒரு காலத்தில் இருந்திருக்கிறது. விரிவாகத் திட்டமிட்டு, எல்லா நூற்றாண்டுகளிலும் சீனா, அரேபியா, போர்ச்சுகல், இத்தாலி, இங்கிலாந்து என்று பல நாடுகளிலிருந்து உலகம் சுற்றக் கிளம்பி வந்து, பயணத்தில் முக்கியப் பகுதியாக தென்னிந்தியாவில் பயணிகள் ஆர்வத்தோடு அலைந்திருக்கிறார்கள்.

இபன் பதூதா, பாஹியான், மார்க்கோ போலோ, யுவான் சுவாங் என்று கிட்டத்தட்ட எல்லாப் பயணிகளும் பயணம் முடித்து ஊர் திரும்பி, உடுப்பைத் துவைக்கப் போட்டுவிட்டு வீட்டுச் சமையலை ருசித்தபடி, மற்ற வகை விருந்துக்குக் காத்திருக்கும் நேரத்தில் பயணக் கதை எழுத ஆரம்பித்திருக்கிறார்கள்.

இவர்களில், போய்ப் பார்த்த இடங்கள், சந்தித்தவர்கள் பற்றி விரிவாகக் குறிப்பு எடுத்து வந்து அவற்றை எல்லாம் கொட்டிக் கிளறி அடுக்கி நாள்வாரியாக பயணக் குறிப்பு எழுதியவர்கள் பலரும். ஞாபகம் கலைந்துபோய், கொஞ்சம் கற்பனை, கொஞ்சம் நிஜம் என்று எழுதியவர்களும் உண்டு. மார்க்கோ போலோ பயணக் குறிப்புகளில் இப்படிப்பட்டவை சுவாரசியம். எனில், முழுக்க நம்ப முடியவில்லை.

பதினேழாம் நூற்றாண்டில் தென்னிந்தியாவுக்கு வந்த இத்தாலியப் பயணி வல்லே *Pietro Della Valle* உலகம் சுற்றவே அவதாரம் எடுத்தவர். தாயகத்துக்குத் திரும்பப் போய் இதயம் பேசாமல் அங்கங்கே பார்த்தது கேட்டது அனுபவப்பட்டதை சோம்பலின்றி உடனே கடிதங்களாக எழுதி வீட்டுக்கு அனுப்பியிருக்கிறார். கூரியர் சர்வீஸூம் அஞ்சலும் இல்லாத அந்தக் காலத்தில் வல்லே எழுதி அனுப்பியதெல்லாம் வரல்லே என்று தொலைந்து போகாமல், சரியாகப் போய்ச் சேர்ந்தன போல. அவர் ஊர்போய் உடனே அதையெல்லாம் எடுத்து அடுக்கி புத்தகமாக்கி வெளியிட்டிருக்கிறார். அது மட்டுமல்ல, இத்தாலிய மொழியில் அமைந்த இந்த நூலை இங்கிலீஷில் உடனுக்குடன் மொழிபெயர்த்து ஆங்கிலம் கூறும் நல்லுலகில் பரப்பப்பட்டது. *The Travels of Pietro Della Valle in India* என்று 1624-ல் வெளியான இந்த நூலை 1800களில் மறுபிரசுரம் செய்திருக்கிறார்கள். படிக்க வேண்டிய புத்தகம்.

கர்னாடகத்தில் வடக்கு கன்னட பிரதேசத்திலும், கோவாவிலும், கோழிக்கோடு, கண்ணூரிலும் பாதம் பதித்துப் போயிருக்கிறார் வல்லே. இப்போது குக்கிராமமாகத் தேய்ந்து போன, அந்தக் கால நகரமான கெருஸொப்பா, உள்ளால், ஹொன்னாவர் என்று வந்திருந்து தங்கிப் போயிருக்கிறார். அவர் சொல்வது- அந்தப் பிரதேசத்தில் ஆண்களும் பெண்களும் காது மடல்களில் பெரிய ஓட்டை போட்டு நகை அணிந்திருக்கிறார்கள். காது தோள்வரை தொங்க, மடலைக் கிழித்திருந்தார்கள் அவர்கள். இதை அப்படியே கொடுத்து விட்டு பதிப்பாசிரியர் அடிக்குறிப்பாக எழுதிச் சேர்க்கிறார் - பர்மாவில் காது ஓட்டைக்குள் பாதி பிடித்த சுருட்டைச் செருகி வைத்துக் கொள்கிறார்கள். வல்லே சுற்றிவந்து அனுபவித்ததன் அடிப்படையில் கன்னடத்தில் அப்பா என்றால் தந்தை, அம்மா என்றால் தாய் என்று சொல்ல, பதிப்பாசிரியர் அவசரமாக அடிக்குறிப்புக்குப் பிடித்து இழுத்து துளு மொழியில் அப்பா என்றால் தாய், அம்மா என்றால் அப்பா என்று புதுப்புது அர்த்தங்களைச் சொல்கிறார். இதெல்லாம் இருந்தாலும் புத்தகம் திரட்டித் தரும் தகவல்களால் சிறப்பாகிறது.

வல்லே பயணம் வந்த ஊரில் ஒரு வாத்தியக்கார் இறந்துபட, அவருடைய மூன்றாம் மனைவி தானும் உயிர் நீப்பேன் என்று அறிவிக்கிறாள். கணவரின் உடலை எரியூட்டும்போது கூடவே

எரிவது இல்லை இது. ஒரு மாதம் தினசரி சாயந்திரம் நாலு தெரு சுற்றி ஊர்வலமாக வருகிறாள். கையில் முகம் பார்க்கும் கண்ணாடியில் அடிக்கடி முகம் பார்த்தபடி மற்ற கையில் வைத்த எலுமிச்சம் பழத்தை முகர்ந்தபடி இருக்கிறாள் அவள். கண்ணாடி சிற்றின்பத்தை விலக்கப் போவதையும் எலுமிச்சை, தீ தீண்டப்போகும் உடலாலும் மனதாலும் அவள் பரிசுத்தமாவதையும் காட்டுகிறதாம். அந்தப் பெண்ணோடு மொழிபெயர்ப்பாளர் மூலம் உரையாடி அவளை உயிர்த் தியாகம் செய்துகொள்ளாமல் தடுக்க வல்லே அவள் வீட்டுக்குப் போகிறார். அடுத்த வாரம் சதிமாதாவாக அக்னியில் உயிர்விட நாள் குறிக்கப்பட்ட அந்தப் பெண் அதைப் பற்றிய கவலையே இல்லாமல் சிரித்துப் பேசிக்கொண்டிருக்க வல்லே போய்ச் சேருகிறார். ஏழு வயதிலும் எட்டு வயதிலும் இரண்டு சிறு குழந்தைகள் அவளுக்கு. 'உனக்காக இல்லாவிட்டாலும் குழந்தைகளுக்காக நீ வாழ வேண்டாமா' என்று அவர் கேட்டதை அந்தப் பெண் லட்சியம் செய்வதில்லை. 'என் சக்களத்திகள் அதுகளை வளர்ப்பாங்க' என்று ஒரு வரி பதில் வேறு தருகிறாள். வல்லே திரும்பும்போது அவள் சொல்கிறாள் 'நாளை உங்களை சந்திக்க நீங்க இருக்கற இடத்துக்கு வருவேன்'. வருகிறாள். வல்லேவிடம் பிச்சை கேட்கிறாள். 'அடுத்த வாரம் என்னை எரிக்கப் போறோம். அதுக்கு விறகு வாங்கணும், நெய் வாங்கணும். சாவுச் சடங்கு செய்யணும். ஏழைப்பட்ட குடும்பம் எங்களோடது. உங்களுக்கு புண்ணியமாகட்டும் முடிஞ்ச காணிக்கை கொடுங்க ஐயா.'

இந்த ஒரு சித்தரிப்புக்காகவே வல்லேவுக்கு வணக்கம்.

ஆடு மேய்ச்ச மாதிரியும் இருக்கணும், அண்ணனுக்குப் பொண்ணு பார்த்த மாதிரியும் இருக்கணும் என்பது தெற்கத்திச் சீமையில் பரவலாக உதிர்ந்த பழமொழி. இப்போது பழமொழியின் இடத்தை சினிமா பஞ்ச் டயலாக் அபகரித்துக் கொண்டிருக்கிறது. நிற்க.

இன்னொரு பழைய புத்தகம் படிக்கக் கிடைத்தது. சில நூறு வருடம் முன். என்றால் கிட்டத்தட்ட ஆயிரத்து அறுநூறாம் ஆண்டு முதல் நகரத்தார் என்ற நாட்டுக்கோட்டைச் செட்டியார் இனத்தவர் அவ்வப்போது மேற்கொண்ட பக்திப் பயணம் பற்றிப் பேசுவது. அவர்கள் திரைகடல் ஓடியும் திரவியம் தேடிய காலம் அது. முக்கியத் தொழில் வட்டிக் கடை நடத்துதல். வட்டிக்கு விட்டு

வருமானம் ஈட்டுவது மட்டும் போதாது என்றுபட நியாயமான மற்ற தொழில் என்ன செய்யலாம் என்று யோசனை. உப்பு விற்றால் என்ன? இதற்கிடையே, குலதெய்வம் பழனி முருகன் சன்னிதிக்கு யாத்திரை போய் தரிசனம் செய்து வர ஒரு நகரத்தார் வீட்டில் ஓயாமல் வற்புறுத்தல். உப்பு விற்பனையும் பழனிக்கு யாத்திரையும் ஒரே கோட்டில் சந்திக்க, அவருக்கு ஒரு யோசனை கடற்கரையில் இருந்து உப்பை வாங்கிக் கடகங்களில் எடுத்துப்போய் பழனியிலும் சுற்று வட்டாரத்திலும் விற்று வரும் லாபத்தில் சிறு சதவிகிதத்தை காணிக்கையாகப் பழநி முருகனுக்குத் தந்தால் என்ன? நிறைய காணிக்கை வேண்டும் என்று முருகன் விருப்பப்பட்டால் அவன் தான் உப்பு விற்பனையை அதிகமாக்க வேண்டும்.

பழநிக்கு ஒரு சிறு கூட்டமாகப் பயணம் போக வேண்டியது. நாலு ஆட்களை உப்பு மூட்டை தலையில் சுமக்க வைத்து பழனி அடிவாரத்தில் அதை விற்கக் கடை போட வேண்டியது. கூடவே பழநிக் கோவிலில் சாமி தரிசனம் நடத்தித்தர உள்ள பண்டாரத்தார் வீட்டில் தங்கி எல்லோருக்கும் மூணு வேளை ஆகாரம். தரிசனத்துக்கு அப்புறம் பழநி முருகனுக்கு லாபத்தில் பங்கை உண்டியலில் போட வேண்டியது. பண்டாரத்தாருக்குக் காணிக்கை, ஆகாரத்துக்கும் தங்கியதற்குமான தொகை என்று தரவேண்டியது. காலி உப்புச் சாக்கும், கைப்பையில் உப்பு விற்ற காசும், மனதில் முருகனுமாக ஊர் திரும்ப வேண்டியது. இப்படி இந்த நகரத்தார் வர்த்தகர்கள் இரண்டு மூன்று வருடம் செய்ய மற்ற நகரத்தார்களும் அதே மாதிரி உப்போடு புறப்பட்டு விட்டார்கள்.

நிகழ்வுகள் மறுபடி மறுபடி நிகழ்ந்து நாளாவட்டத்தில் சடங்குகளாகும். பழநி யாத்திரைக் குழுக்கள் அதிகமாகி, யாத்திரைக்கு அடுத்து யாத்திரையாகப் போய்வர, கொஞ்சம் கொஞ்சமாக பழனிப் பயண விதிகளும் சடங்குகளும், விற்பனைக்காக உப்பு வாங்குவதில் தொடங்கி, பண்டாரத்தாருக்கு சம்மானம் தருவது, அன்னதானம்வரை விரிவாக ஏற்படுத்தப்பட்டு விட்டன.

நகரத்தார் அறப் பட்டயங்கள் என்ற நூல் 1608-ஆம் ஆண்டு நெட்டெழுத்து கையொப்பமான பட்டயம் தொடங்கி, 1800-கள் வரை தீர்மானிக்கப்பட்ட விதிமுறைகள் பற்றிய புத்தகம். அதன் கிட்டத்தட்ட நானூறு வருடத் தமிழ் சுவாரசியமானது. பேச்சுக்கும்

எழுத்துக்கும் அதிக வேற்றுமை இல்லாத பழந்தமிழுக்காகப் படிக்க வேண்டிய நூல்

பழனிக் கோவிலுக்கு வந்து ஆவணிமூல வீதிக்கும் கீள்புரம் தெய்வநாயகப் பண்டாரத்து மனையில் வந்து இறங்கி, உப்புக் கடகமும் இறக்கி வைத்து உப்பு மாறி (விற்று) ஒரு பணம் லாபத்திற்கு அரைக்கால் பணம் மகமையெடுத்து தெய்வநாயகப் பண்டாரத்தின் பெண்சாதி பார்வதியம்மாளிடம் ‘எங்களுக்கும் தங்கள் வீட்டிலுள்ளவருக்கும் மூன்று பரதேசிக்கும் சோறு வடித்துப் போடவேணும். பண்டாரத்தையாவை மலைக்கு வரும்படி சொல்லி சுவாமி தெரிசனம் செய்து வைக்கும்படியாகவும் செய்ய வேண்டியது அம்மாள்’ என்று சொல்ல... பண்டாரத்துக்கு ஒரு பணமும், அம்மாளுக்கு ஒரு பணமும் கொடுத்து, ‘மருவளி (மறுபடி) வருவோம். உப்பு மாற வருவோம். இனி வந்தால் தங்கள் வீட்டில்தான் வருவோம்’ என்று சொல்லி...

விதிமுறைப் பட்டயம் புரியும் பழைய தமிழில் ஆரம்பிப்பது இப்படித்தான். நகரத்தார் இந்தத் தமிழை இன்னும் திருப்பூட்டுதல் (திருமணம்) மங்கல நிகழ்வில், இசைக் குடிமானம் (திருமண ஒப்பந்தம்) எழுத சரளமாக உபயோகிப்பதைப் பார்த்திருக்கிறேன்.

★★★

மலையாளத்தில் பிரசித்தி பெற்றவை பெயர் இல்லாத ஒரு நம்பூத்ரியை நாயகனாக்கிய நகைச்சுவைக் கதைகள் நம்பூத்ரி ஃபலிதங்கள். அவற்றை நூலாகத் தொகுத்திருக்கிறார் கவிஞர் குஞ்ஞுண்ணி. அதிலொரு நம்பூத்ரி பயணக் கதை

அது ரயில் வண்டி இந்தியாவில் முதல்முதலாக வந்த காலம். நம்பூத்ரி ஷோரனூர் ரயில்வே ஸ்டேஷனுக்குப் போய் திரூர் போக டிக்கெட் எடுத்து ரயில் ஏறினார். ஸ்டேஷன், ரயில் எல்லாமே பிரமாதம். இன்னும் பிரமாதமாக ஆகணும் இந்தப் பிரயாணம் என்று தீர்மானித்து செல்லப்பெட்டியைத் திறந்து வெற்றிலை எடுத்து வாயில் போட்டு மென்று கண்ணாடி ஜன்னல் இருப்பதை கவனிக்காது தாம்பூல எச்சிலை அந்தப் பக்கம் துப்பினார். துப்பினது அடுத்தாற்போல் வெள்ளையும் சள்ளையுமாக உட்கார்ந்திருந்த சகபயணி ஒருத்தர் மேல் விழுந்து வடிந்தது. அந்த ஆள் எழுந்து நம்பூத்ரி கன்னத்தில் ஓங்கி ஒரு அறை

விட்டு அமர்ந்தான். நம்பூத்ரி ஒண்ணுமே சொல்லவில்லை. திரூர் ஸ்டேஷன் போய் இறங்கிய அவரிடம் யாரோ ரயில் பயணம் எப்படி இருந்தது என்று விசாரித்தார்கள். அவர் சொன்னார்

பிரமாதம், எல்லாம் பிரமாதம். எடக்குளம் ஸ்டேஷன் வந்ததும் கன்னத்திலே பளீர்னு ஒரு அறை கொடுக்கறாங்க பாரு. அதுதான் அவ்வளவு நல்லா இல்லே.

★★★

குஞ்ஞுண்ணி மாஷ், என்றால் குஞ்ஞுண்ணி வாத்தியார், எழுதிய மலையாள நுறுங்கு கவிதகள் (குறுங் கவிதைகள்) பிரபலமானவை. ஹைகூவும் அபத்தக் கவிதையும் கலந்த அபூர்வமான வடிவம் அது. குருவாயூர் பயணம் போக வழி கேட்டுத் தெளியும் கவிதை இப்படி -

குருவாயூரூரேக்குள்ள
வழி வாயிச்சுக் கேள்க்கவே
என்னில் நின்னு என்னிலேக்குள்ள
தூரம் கண்டு அம்பரன்னு ஞான்.

குருவாயூர் போக வழி எது என்று
விசாரித்தேன். படித்துச் சொன்னபோது
என்னில் இருந்து எனக்குள்ள
தூரம் கண்டு மலைத்தேன்.

3. அல்மடோவர் மட்டும் என்றால் தப்பு

எங்கள் ஊர் காந்தி வீதியில் புது புரோட்டா ஸ்டால் தொடங்கும்போதோ, தெருமுனை வீட்டுப் பெண் பெரியவளாகி சடங்கு சுற்றும் சுபநிகழ்ச்சி என்றாலோ, வெகுவாகக் கவனத்தைக் கவர ஐம்பது வருடம் முன் ஏற்பாடான நிகழ்வு சவுண்ட் சர்வீஸ் ஒலிபரப்பு. 'விநாயகனே வெவ்வினையை வேரறுக்க வல்லான்' என்று சீர்காழி கோவிந்தராஜன் கணீரென்று பாடி ஒலிபரப்பைத் தொடங்கி வைத்தால், காதும் மனசும் அவரிடம் ஓடிவிட, விழா களைகட்டிவிடும். அசரீரி பாடும் சினிமா பாட்டா, பக்திப் பாடலா, தத்துவப் பாடலா, ஹை பிட்சில் பாடுவதில் அவரை அடித்துக்கொள்ள யாருமில்லை.

இந்தியில் சற்று மிருதுவான குரல்தான் பெரும்பாலும் பாடகர்களுக்கு. பாபி படம் வந்து நரேந்திர சஞ்சல் 'பேஷாக் மந்திர் மஜ்ஜித் தோடோ' என்று உச்ச ஸ்தாயியில் பாடி அறிமுகமானார். இன்னொரு வெங்கலக் குரல் பாடகர் 'ரஸியா சுல்தான்' படத்தில் 'ஆயீ ஸன்ஸீர் கி ஜம்கார்' என்று உச்சம் தொட்ட கப்பன் மிர்ஸா. கொஞ்சம் போல் சி.எஸ்.ஜெயராமன் குரலின் சாயல்.

ஹிந்துஸ்தானி சங்கீதத்தில் பீம்சென் ஜோஷி குரல் கம்பீரமும் கார்வையுமாக சத்தம் கூட்டி ஒலிக்கும். மாஜெ மாஹரு பண்டரி என்று ஜோஷி மராத்தி பக்திப் பாடல் (அபங்) பாடினால் அடுத்து ரெண்டு நாள் காதுக்குள் அந்தப் பாடல்தான் ஒலித்துக்

கொண்டிருக்கும். அவர் வாரிசாக சங்கர் மகாதேவன் உரக்கப் பாடும் பந்ததியை ஏற்றெடுத்துக் கொண்டிருக்கிறார்.

கர்னாடக சங்கீதத்தில், 'என்ன கவி பாடினாலும் உந்தன் மனம் இரங்கவில்லை' என்று நீலமணி ராகத்தில் உச்ச ஸ்தாயியில் உரக்கப் பாடி ரசிகர்களை ஈர்த்த மதுரை சோமு 'மருதமலை மாமணியே முருகையா' என்று தர்பாரி கனடாவில் உருக்கமும் குரலெடுப்புமாக இசை பாடி சினிமா ரசிகர்களையும் கவர்ந்தார்.

கர்னாடக சங்கீதத்தில் மிகப் பிரபலமான பாடகரான சஞ்சய் சுப்ரமணியன் ஒரு பத்திரிகை நேர்காணலில் சொன்னது நினைவு வருகிறது 'மைக் புழக்கத்துக்கு வரும் முன்னால் நல்ல சத்தமாகப் பாடினால்தான் கடைசி வரிசை ரசிகருக்குக் கேட்கும் என்று இசைக் கலைஞர்கள் பயிற்றுவிக்கப்பட்டார்கள். சத்தமாகப் பாட வரலியா, நீ பாட லாயக்கில்லே, வாத்தியம் வாசிக்கக் கத்துக்கோ' என்று சீனியர்கள் கைகாட்டினார்கள். மதுரை மணி ஐயர் சொன்னார் 'கீழே (கீழ் ஸ்தாயியில்) பாடினா பண்டிதர்களுக்குப் பிடிக்கும். மேலே பாடினா பாமரர்களுக்குப் பிடிக்கும்'.

சத்தம் போட்டுப் பாடி நிறைய கைதட்டு வாங்கி எப்போதும் அப்படியே பாட எதிர்பார்க்கப்பட்ட சில அற்புதமான மேதைமையுள்ள இசைக்கலைஞர்கள் தொண்டையைக் கிழித்துக்கொண்டு (நிஜமாகவே *vocal chord rupture* ஆகி) பாடவே முடியாமல் போனதும் இங்கே நடந்திருக்கிறது.

நமக்குத்தான் உச்ச ஸ்தாயியில் பாடுவதில் மயக்கம் என்றில்லை. எகிப்திய இசையரசியான உம் குல்தும் *Umm Kulthum* 2-ஆவது ஆக்டேவில் இருந்து (கீழுக்கும் கீழுமான ஸ்தாயி அது) 8-ஆவது ஆக்டேவ் வரை (எட்டுக்கட்டை விட்டெறிந்து) பாடிப் புகழ் பெற்றவர். 'ஒரு வினாடிக்கு 14000 தடவை' தொண்டை அதிரப் பாடியவர் அவர் என்று எகிப்தியர்கள் சொல்வார்கள். அந்தளவு *vocal vibration* ஆகும்போது மைக் பக்கத்தில் இருந்தால் அது எகிறி ரிப்பேராகி விடும் என்பதால் இரண்டு மீட்டருக்கு அப்பால் மைக்கை நிறுத்திப் பாட வைத்துக் கடலென ஆர்ப்பரித்துக் கைதட்டி ரசித்தார்களாம்.

புச்சினி (*Puccini*) எழுதி இசையமைத்த இத்தாலிய ஓபராவில் பாடி நடித்துப் பிரபலமான இத்தாலிய டெனர் (மேல் ஸ்தாயி

இசைக்கலைஞர்) லூசியானோ பாவரொட்டி *(Luciano Pavarotti)* கீழே *C#3*-யிலிருந்து மேலே *F8* உச்சஸ்தாயி வரை பாடுவதை யுடியூபில் பார்த்தால் நமக்குத் தொண்டை வலிக்கும். *Nessen Dorma* தூக்கமில்லை என்று தொடங்கும் ஓபரா பாடல் அது. இதை உச்ச ஸ்தாயியில் பாவரொட்டி மட்டும் இல்லை, இன்னும் இரண்டு டெனர்கள் சேர்ந்து பாடியதைக் கேட்பதும் மற்றொரு மேலான, நேற்று ராத்திரி தூக்கம் போச்சு அனுபவம் தான். பாவரொட்டியும், உம் குல்துமும் இப்போது இல்லை. யூடியூபில் உண்டு.

★★★

நான் பார்த்த முதல் விளம்பரங்கள் வசீகரமானவை. மலச்சிக்கல் கழிந்திட வல்லாரை லேகியமும், சகல குறைபாடுக்கும் மயில் தைலமும் விற்கச் சந்தை ஓரம் நின்று கூட்டம் கூட்டி வாசாலகமாகப் பேசியவர்கள் செய்தவை அவை. ஐம்பது வருட முந்தைய அந்தக் காலத்தில் சினிமா காட்சி ஆரம்பிப்பதற்கு முன் சிறு படமாக சார்மினார் சிகரெட்டும் சினிமா நட்சத்திரங்களின் சோப்பான லக்ஸ் சோப்பும் விளம்பரமானது அதிகம்.

லக்ஸ் குளியல் தீவிரம் தணிந்து ஹாவென்று அருவியில் நீராடியபடி மாடல் அழகி கரன் லூனெல் பாடும் லிரில் விளம்பரம் அடுத்து வந்தது. இன்றைக்கும் காணப் புத்துணர்ச்சி தரும் அது. கொடைக்கானலில் வெடவெடவென்று குளிரக் குளிர அருவியில் எடுத்த அந்த விளம்பரத்துக்காக கரனுக்கும் டைரக்டருக்கும் பிராண்டியும் காப்பியும் ஒவ்வொரு ஷாட் எடுத்து முடிந்ததும் பருகத் தந்ததாகத் தகவல்.

பத்திரிகை, சினிமாவோடு டெலிவிஷனும் சேர இந்திய விளம்பரத் துறை பெரிதானது. அம்பி பரமேஸ்வரனின் புத்தகம் *Nawabs, Nudes, Noodles: India through 50 Years of Advertising* விளம்பரத்துறை பற்றி, திரும்பிப் பார்த்து, முன்னே நோக்கி வாசாலகமாகக் கதைக்கிறது.

சுதந்திரம் பெற்று 1950, 60, 70 என்று மூன்று பத்தாண்டு வேலையில்லாத் திண்டாட்டம் கடுமையாக மக்களையும் பொருளாதாரத்தைப் பாதித்தது விளம்பரத் துறையைப் பாதித்தது, எந்த வேலையானாலும் எங்கே வேணுமானாலும், என்ன சம்பளம் என்றாலும் ஏற்கத் தயார் என்று அலைந்த இளைஞர்கள் அந்தக்

காலகட்டத்தின் பத்திரிகை விளம்பரங்களை வழிநடத்தினர். மங்கிய வெண்மை நிறத்தில் சட்டை தரித்து வேலைக்கான இண்டர்வியூவுக்குப் போனவன் பளீரென்று வெள்ளை நிறச் சட்டை போட்டுப் போனவனிடம் வேலை வாய்ப்பை இழக்கிறான். சலவை சோப் விளம்பரமான இக்குறும்படத்தில் அம்மா அந்த சோப்பை வாங்கிப் பயன்படுத்தி மகனுடைய சட்டையை வெண்மையாகத் துவைத்துத் தர, உற்சாகமாக நம்பிக்கையோடு அணிந்து போகிறானவன்.

1964-ல் ஜவஹர்லால் நேரு இறந்தபோது இந்தியா முழுக்க 55 டெலிவிஷன் பெட்டிகள்தான் இருந்தன. 1975-ல் இந்திரா காந்தி எமர்ஜென்சி கொண்டு வந்தபோது ஒரு லட்சம் டிவிக்கள் இருந்தன. 1982-இல் தில்லி ஏஷியன் விளையாட்டுகளின்போது இருபது லட்சம் பெட்டிகள். 1991-ல் மன்மோகன் சிங் பொருளாதார மாற்றம் கொண்டு வந்தபோது மூன்று கோடியே நாற்பது லட்சம் டிவி செட்டுகள் நாட்டில் இயங்கிக் கொண்டிருந்தன. மோடி பிரதமரான 2014-இல் 60% இந்திய வீடுகளில் டெலிவிஷன் வந்திருந்தது.

வீட்டுக்கு வந்த டெலிவிஷன், ஆயுர்வேத லேகியம், ஜீரணத்துக்கான புளிப்பு மிட்டாய், மூலிகைப் பல்பொடி என்று இயற்கைக்கு அருகே நகரச் சொல்லும் விற்பனைப் பொருள்களை மையமாக்கி விளம்பரம் செய்கிறது. மராத்தி, இந்தி மேடை, திரைப்பட நடிகர் ஶ்ரீராம் லாகு தாபுர் சியவனபிராஸ் லேகியத்துக்கு நடித்த டிவி விளம்பரத்தைக் குறிப்பிடும் அம்பி பரமேஸ்வரன் லாகு எம். பி.பி.எஸ் படித்து அலோபதி மெடிக்கல் டாக்டராக இருந்தவர் என்பதை சொல்ல மறக்கிறார். டாக்டர் சிபாரிசு செய்த லேகியம் என்ற தொனி இந்த விளம்பரத்தில் முக்கியமானது.

நூடில்ஸ், பிஸ்கட் போன்ற உணவுப் பொருளுக்கான டிவி விளம்பரத்தில் ஒரு சூட்சுமம் இருக்கிறதாம். சாதாரணமாக விநாடிக்கு 24 ப்ரேம் நகரும் காமிரா, உணவு விளம்பரத்துக்காக வினாடிக்கு 1000 ப்ரேம் போகிறதாம். கூடவே அந்த உணவுப் பொருளை வெகு நெருக்கமாக எடுத்த க்ளோஸ் அப் ஷாட். வீட்டு முன்னறையில் பார்க்கும்போது டிவி ஸ்கிரீனை நாவால் ருசிக்கத் தூண்டும்!

பிராண்ட் யுத்தம் பற்றி அம்பி பரமேஸ்வரன் சொல்வது சத்தியம் தான். அதிகம் விற்கும் சலவை சோப் கையிலும் துணியிலும்

அப்புவது போல் இல்லை புது சோப்பு என்று ஒரு பெரும் சோப்பு நிறுவனத்தையே புறமுதுகு காட்டி ஓட வைத்தது புது சோப்பு விளம்பரம்தான். அல்பமான மூட்டு வலி மருந்து விஷயமாகக் கூட ப்ராண்ட் யுத்தம் நடந்திருக்கிறது. 'அந்த மூட்டுவலிக் களிம்பை தேய்த்தால் உடுப்பு எல்லாம் களிம்பு பிடித்து வாடை அடிக்கும். எங்கள் மருந்து அப்படி இல்லை நகருய்யா' என்று இடம் பிடித்த கதை, கேட்கச் சுவையானது. கோடிக்கணக்கான ரூபாய் செலவில் கோகோ கோலா, பெப்சி இடையே நிகழ்ந்த கோக் யுத்தங்கள் நமக்குத் தெரியுமே.

அம்பி பரமேஸ்வரன் சொல்வதில் தப்பில்லை - இந்திய இளையோரான இந்தத் தலைமுறை, பணத்தைச் சொத்தாக மதிப்பதில்லை. சொத்து வாங்க வழிசெய்யும் பொருளாகவே நினைக்கிறது- *this generation does not value money as an asset, but rather as an enabler.* அம்பி தரும் இன்னொரு புள்ளிவிவரம் -

அவுட்லுக் சர்வே புள்ளிவிவரப்படி தென்னிந்தியர்களில் *80%* அசைவ உணவு உண்பவர்கள். வட இந்தியாவில் நான் வெஜிடேரியன்கள் *48%.* அப்படியா*?*

★★★

நெட்ஃப்ளிக்ஸில் *La Familia Perfecta* 'சரியான குடும்பம்' படம் பார்த்தேன். ஸ்பானிஷ் படம். எங்கேயோ பார்த்த தெஜாவு *Déjà vu.* மேட்ரிட் மாநகரில் நடப்பது.

பணம் படைத்த குடும்பம். வெளிநாடு போய் பட்டம் பெற்று வந்த பையன். அப்பா விண்வெளி சயன்டிஸ்ட். அம்மா சமூக சேவகி வீட்டை சதா சுத்தமாக நிர்வகிப்பவர். இந்தப் பையன் பாப்லோ காதலிக்கும் பெண் சாரா அதே மேட்ரிட்டில் ஏழை பாழைகள் வசிக்கும் தெற்குப் புறத்தில் அப்பா, அம்மா, தம்பியோடு வசிக்கிறாள். அவள் ஜிம்மில் வேலை பார்க்கிறாள். அங்கே வந்து போய் இருவருக்கும் நேசம் வளர்ந்தது. படம் ஆரம்பிக்கும்போதே பையன் அம்மா அப்பாவை தன் காதலி குடும்பத்தோடு பரிச்சயம் செய்து வைக்க அழைத்துப் போகிறான், அவர்களுக்கு சுத்தமாகப் பிடிக்காது போனது சாரா குடும்பத்தை. *Astronomy, astrology* வித்தியாசம் தெரியாத குடும்பம்.

பையனின் அம்மா லூசியா எப்படியாவது கல்யாணத்தை நடக்கவிடாமல் செய்ய நினைக்கிறாள். ஆனால் விதி என்று

ஒரு *cinematic* சமாசாரம் இருக்குதே. லூசியாவை சாராவின் அப்பா மிகியூல் - அவர் ஒரு தச்சர் - மும்முரமாகக் காதலிக்க ஆரம்பித்து விடுகிறார் மெல்ல மெல்ல லூசியாவும் அவரைக் காமுற, பசங்களின் கல்யாண ராத்திரியில், லூசியா மிகியூலோடு உறவு கொள்கிறாள். எல்லோருக்கும் தெரிந்துபோகிற கள்ளத் தொடர்பு அது. 'முத்தம் மட்டும்தான் கொடுத்தேன். வேறே எதுவும் நடக்கவில்லை' என்று அவள் சீரியஸாகச் சொல்வதை யாரும் நம்பத் தயாரில்லை. ஆகவே ஏதோ *convulted logic* படி, உண்மையாகவே உறவு கொள்ளத் தீர்மானிக்கிறார்கள்; கொள்கிறார்கள், லூசியாவும் தச்சரும். அது மழை இரவும்கூட.

வீட்டைவிட்டு வெளியேற்றப்பட்டு பள்ளிக்கூட டீச்சரம்மாவாகிறாள் லூசியா. அவளுடைய கர்ப்பிணியான மருமகள் சாரா அதே ஸ்கூலில் ஸ்போர்ட்ஸ் வாத்தியாரம்மா ஆகிறாள்... என்று போகிறது படம்.

அங்கே இங்கே வெள்ளிச் சுத்தியலால் தட்டிக் கொட்டினால் நம் 1970களின் திரைப்படம் ஆகிவிடும் இந்த ஸ்பானிஷ் படம். தலைப்பு வீட்டுக்கு வீடு சங்கமம்?

நினைவு வந்தாச்சு. மாப்பிள்ளையின் அப்பா மருமகளின் அம்மாவைக் காமுறுவது இந்தியில் வந்திருக்கிறது. ஷியாம் பெனகலின் 'சூரஜ் கா சத்வன் கோடா' படத்தில் அந்த 'அலையறான் பாரு' பாத்திரத்தில், மறைந்த அம்ரிஷ் பூரி அருமையாக நடித்திருப்பார்.

ஒரு புதுக் கதாபாத்திரம், பிரம்மாண்டமான பஸ் டிரைவராக வரும் பெண்ணின் அம்மா ஆம்பரோ. அதில் பெருமை அவளுக்கு. சம்பந்தி லூசியா பணம் படைத்திருந்தாலும் வீட்டு நிர்வாகம் முழுக்கச் செய்வாள் என்று கேட்டதும் ஓங்கியடிக்கிறாள் 'அந்தம்மா சமையல் செய்யட்டும், சரி. டாய்லெட் ப்ளஷ் அடைச்சுக்கிட்டா என்னைப்போல குத்தி விடுவாளா?'

பஸ் பெண் டிரைவர் சம்பந்தியும் பையனின் அப்பாவும் இன்னொரு புது ஜோடியாகி விடுவார்களோ என்று பயந்துகொண்டே அமர்ந்திருக்க, லூசியாவுக்குப் பேரன் பிறந்ததோடு எல்லோரும் மகிழ்ச்சியாக, சுபம்.

ஸ்பெயின் என்றால் பெட்ரோ அல்மொடோவர் படங்கள் மட்டும் என்று நினைத்திருந்தால் மகா தப்பு.

4. சென்டிமீட்டர் திருப்தி

1970களில் புதுவை என்னும் புதுச்சேரியில் பதின்ம வயதினராகச் சஞ்சரித்துக் கொண்டிருந்தவர்கள் அந்தக் காலத்தின் அடையாளமாக கைக்கொண்டது முகப்பரு க்ரீம் கிளியரசில், கால் கொண்டது ஹெர்குலிஸ் சைக்கிள். இவற்றோடு தியூப்ளே வீதி இந்தியா காபி ஹவுஸில் சாயந்திரம் காப்பி, ரோமன் ரோலந்த் நூலகத்தில் நெபொகோவின் லோலிடா போன்ற புத்தகம் வாங்கிப் படித்தல், அல்லயன்ஸ் பிரான்ஸே என்ற ப்ரஞ்சு மொழிக் கழகத்தில் ஃபிரஞ்ச் கற்கச் சேர்தல், மற்றும் லாஸ்பேட்டை காலேஜில் பியூசி, பிஎஸ்ஸி படிப்பது. குழலாகச் சுருட்டிய ஜே.எஸ்ஸையும் இதில் சேர்க்கலாம்.

பட்டியலில் கடைசியில் இருக்கும் ஜேஎஸ் என்ற ஜூனியர் ஸ்டேட்ஸ்மேன் 1967 முதல் 1977 வரை பத்தாண்டு காலம் கொல்கத்தாவில் இருந்து வெளியான, பதினைந்து நாட்களுக்கு ஒன்று என வந்த ஃபோர்ட்நைட்லி. விலை முப்பத்தொன்பது பைசாவோ என்னவோ. ஸ்டேட்ஸ்மேன் பத்திரிகைக் குழுமம் வெளியிட்ட ஜேஎஸ் இந்தியாவின் முதல் இளைஞர் பத்திரிகை. இதுவரை இரண்டாவது வரவில்லை.

டெஸ்மண்ட் டைய்க் ஆசிரியராக இருந்த இந்தப் பத்திரிகை தொடங்கிய சில மாதங்களில் 40000 பிரதி விற்பனையும், தேடி

வந்த அதிக விளம்பர வருவாயுமாக, தாய்ப் பத்திரிகையான ஸ்டேட்ஸ்மேன் தினசரியின் விற்பனையோடும் வருமானத்தோடும் போட்டி போடுவதாக வளர்ந்தது.

டெஸ்மண்ட் கூட இருந்த ஜேஎஸ் பத்திரிகை துணையாசிரியர் குழு முழுக்க இளைஞர்களால் ஆனது. நல்ல ஆங்கில மொழிவீச்சும், கற்க ஆர்வமும் மிகுந்த பள்ளி மாணவர்கள் கூட ஜேஎஸ் குழுவில் வெளிவட்ட உறுப்பினர்களானார்கள். புகழ்பெற்ற பத்திரிகையாளர் எம்.ஜே.அக்பர் பள்ளிச் சீருடையாக ஷார்ட்ஸும் அரைக்கை சட்டையும், ஸ்கூல் நோட் புத்தகத்தில் கிழித்தெடுத்த தாள்களில் எழுதிய கதையுமாக வந்தபோது உருவு கண்டு எள்ளாமை வேண்டும் என்று அக்பரை உட்காரச் சொல்லிவிட்டுக் கதையைப் படித்துவிட்டு உடனே பள்ளிக்கூட நேரம் பாழாகாமல் மாணவப் பத்திரிகையாளராக அவரைத் தேர்வு செய்தார் டெஸ்மண்ட்.

சசி தரூர் கிட்டத்தட்ட இதே போல் ஜேஎஸ் பத்திரிகையின் இன்னொரு பதின்ம வயது மாணவ உதவி ஆசிரியர் ஆனார்.

டெஸ்மண்டின் வலதுகையான ஜக் சுரய்யா தன் ஜேஎஸ் பத்திரிகை அனுபவங்களை *JS and the Times of My Life* என்ற புத்தகமாக வெளியிட்டிருக்கிறார். ஜேஎஸ் மட்டுமின்றி அவருடைய ஒட்டுமொத்தப் பத்திரிகையாளர் வாழ்க்கையையும் சித்திரிக்கும் சுவாரசியமான புத்தகம் இது

இளைஞர் அணி நூறு வருடப் பாரம்பரியம் மிகுந்த கல்கத்தா தினப் பத்திரிகை ஸ்டேட்ஸ்மேன் குழுமத்தில் இருந்து ஜூனியர் ஸ்டேட்ஸ்மேன் பத்திரிகையை வாரம் ஒரு முறை அல்லது இரண்டு வாரத்துக்கு ஒன்று எனப் பதிப்பிக்கத் திட்டமிட்டபோது முழும் நீள பெயர் வைக்காமல் ஜேஎஸ் என்று இனிஷியல்களை மட்டும் பத்திரிகைப் பெயராக்க யோசனை வந்தது. உடனே நிறைவேற்றப்பட்டது.

ஜேஎஸ் பத்திரிகையின் கோட்பாடாக வரிந்துகொள்ளப்பட்டது - இளைஞர்களுக்கு புத்தி சொல்லிப் பேசாது, தோளில் கை போட்டுப் பேசும். *(not talk to youth, talk with youth).*

நிர்வாகம், ஜேஎஸ் குழுவுக்கு புது மேஜை, நாற்காலி தர, தாய்ப் பத்திரிகை ஆசிரியர் குழு ஜெலூசில் குடித்தார்கள். அது போதாதென்று ஜேஎஸ் குழு அந்தக்கால ஃபேஷனான நீளத்

தலைமுடி, பெல்பாட்டம் பேண்ட், ஜீன்ஸ் என்று கேஷுவலாக ஆபீஸ் வர அனுமதி. சட்டையை பேன்டுக்குள் இன்செர்ட் செய்து ட்ரிம் ஆக வரவேண்டியதில்லை. மேலும் ஜேஸ்ஸுக்கு கட்டற்ற எழுத்துச் சுதந்திரம் கிடைத்தது.

அவர்கள் பத்திரிகையில் பிரசுரித்தது, அப்போது வங்காளத்தில் பரவிய நக்ஸல்பாரி இயக்கத்தைச் சேர்ந்த நக்ஸல் இளைஞனோடு நேர்காணல், கொல்கத்தா சோனாகாச்சியில் உடல் விற்கும் பெண் செக்ஸ் ஊழியரோடு நேர்காணல், எவரெஸ்ட் சிகரத்தில் முதலில் பாதம் பதித்த எட்மண்ட் ஹில்லரியோடு நேர்காணல், நேபாளத்தில் *cult movie* ஹரே ராமா ஹரே கிருஷ்ணா படப்பிடிப்பில் தேவ் ஆனந்த் நேர்காணல், செர்ஜெண்ட் பெப்பர்ஸ் ஆல்பம் மூலம் புகழ் உச்சத்திலிருந்த பீட்டில்ஸ் இசைக்குழுவோடு நேர்காணல் என்று நேர்காணலுக்கு இலக்கணம் வகுத்த நேர்காணல்கள்.

இவற்றோடு ஜேஎஸ் என்றால் என் நினைவில் எழுந்தது - இத்தனை வருடம் கழித்தும் மறக்க முடியாத நீச்சல் சாம்பியன் நஃபிஸா அலியோடு நேர்காணல். வசீகரமான உடலமைப்பு கொண்ட அந்தப் பெண்மணியின் பிகினி உடுத்த போஸ்டர் புகைப்படம் என்னை அப்போது பித்தனாக்கியது.

நஃபீஸா பின்னாட்களில், அதாவது இப்போது, பெண்ணுரிமைக்காகப் பாடுபடும் சமூக சேவகி. தேவ் ஆனந்த் அறிமுகப்படுத்திய ஜீனத் அம்மானும் தேவ் நேர்காணலில் உள்ளம் கவர்ந்தபடி இருந்தார். அவர் இப்போது மூதாட்டி.

தன் ஜேஎஸ் சந்திப்பில் எட்மண்ட் ஹில்லரி சொன்னது எந்த மலையையும் அடக்கி ஆள முடியாது. உங்களை நீங்கள் அடக்கி வேணுமானால் ஆளலாம்.

ஜேஎஸ் பேட்டிக்கு வந்த நக்சல் இளைஞன் 'எல்லோரையும் கொல்லணும்' என்று மட்டும் மூன்று முறை சொல்லி விட்டு வெளியேறிப் பரபரப்பான கொல்கத்தா தெருக்கூட்டத்தில் கலந்து மறைந்தான்.

இவ்வளவும் எளிய ஆனால் சுவாரசியமான இங்கிலீஷில் கட்டுரையானது.

எழுபதுகளின் கொல்கத்தாவை வார்த்தைச் சித்திரமாக அங்கங்கே

வரைந்திருக்கிறார் ஜக். கொல்கத்தா லின்ஸே தெரு புது மார்க்கெட் நூறு வருடமாக அதே பெயரோடு தான் இருக்கிறது. அலிபாபா குகை போல, அங்கே கிடைக்காதது எதுவுமில்லை.

சௌரங்கி ஸ்கொயரில் ஸ்டேட்ஸ்மேன் பத்திரிகை அலுவலகத்துக்கு அருகே சிறிய ஹோட்டல் - நேற்றைய கோழிக்கறி வாடையும், கூந்தல் தைல வாடையும், காப்பியில் ஹேர் ஆயில் ருசியுமாக எல்பின் ரெஸ்ட்ரான்ட் இருண்டு கிடந்தது.

திங்கள்கிழமை கல்கத்தா ஹோட்டல்கள் பகலில் லஞ்ச் அல்லது ராத்திரி டின்னர் மட்டும்தான் விற்பனைக்கு வைக்க வேண்டும். உணவு தானியக் கட்டுப்பாடு இருந்த அந்தக் காலத்தில் உணவுப் பொருளைச் சேமிக்க அந்தச் சட்டதிட்டம் வழி செய்ததாம். வியாழனன்று மாமிச உணவு விற்கக் கூடாது. மாமிசத்தைத் தரும் வீட்டு விலங்குகள் பெருக இத்திட்டமாம்.

கல்கத்தாவில் தெரு சூதாட்டம் பட்டப்பகலிலேயே நடந்தபோது அதைப் பற்றி எழுத ஜக்கை டெஸ்மண்ட் அனுப்பி வைத்தார். அந்தப் பழைய கட்டிடத்துக்கு உள்ளே அழுக்கு ஹாலின் நடுவில் நீள வெட்டி வைத்த பள்ளம். முச்சீட்டு களிக்காரர்கள் பள்ளத்துக்கு இந்தப் பக்கம் உட்கார்ந்து விளையாடுவார்கள். காவலர்கள் வந்தால் பள்ளத்து அந்தப் பக்கம் மேஜை நாற்காலியைப் போட்டுவிட்டு பள்ளத்தைச் சாடி அந்தப் பக்கம் உட்கார்ந்து சூதாட்டத்தைத் தொடர்வார்கள்.ஆமாம், பள்ளத்தின் இந்தப் பக்கம் கொல்கத்தா மாநகரம். அந்தப் பக்கம் 24 பர்கானா மாவட்டம். கொல்கத்தா போலீஸ் பள்ளத்தைத் தாண்டி பர்கானாவுக்குள் நுழைய மாட்டார்கள். பர்கானா போலீஸூம் அதுபோல் பள்ளத்தைத் தாண்டிக் கொல்கத்தாவுக்குள் குதிக்க மாட்டார்கள்.

ஜேஎஸ் பத்திரிகை வளர்ச்சி ஸ்டேட்ஸ்மேன் பத்திரிகைக்குள்ளேயே நிறைய விரோதத்தைத் தேடி வைத்ததாக ஜக் சுரய்யா குறிப்பிடுகிறார். 40000 காப்பி விற்பனையை எட்டிச் சாதனை புரிந்த அந்த இதழ் ஒரு காலை நேரத்தில் பாதி அச்சாகிக் கொண்டிருந்தபோது, நிர்வாகம் அச்சகத்துக்குத் தாக்கீது அனுப்பிவைத்துப் பத்திரிகை நின்று விட்டது- 'மேற்கொண்டு இந்த இதழை அச்சடிக்க வேண்டாம்'. ஜேஎஸ் ஆசிரியர் குழு இந்தச் செய்தியை யாரோ சொல்லிக் காதில் விழுந்ததாகத்தான் முதலில் தெரிந்துகொண்டது.

பெருமுதலாளிகளோ, தொழிலாளி வர்க்கமோ, மத்திய, மாநில அரசாங்கமோ காரணம் இல்லை ஜேஎஸ் நிற்க. பத்திரிகை அறம் அறிந்த சீனியர் பத்திரிகையாளர்களே தங்கள் வர்க்கத்தில் பட்ட இளையோரை இயங்கவிடாமல் குரூரமாக சுவாசம் நிறுத்தியதே காரணம்.

ஜக் சுரையாவோடு துக்கம் பகிர்ந்துகொண்டு புத்தகத்தை மூடி வைக்கிறேன். ஜக் சுரையாவைப் பற்றி அண்மையில் ஒரு பத்திரிகைக் கட்டுரையில் சஷி தரூர் சொல்வது சிரிக்க வைக்கிறது- ”ஜக் ஜேஎஸ் பத்திரிகையில் யாரும் உபயோகிக்காத, அகராதி தேட வேண்டிய கடினமான வார்த்தைகளைப் பயன்படுத்திக் கட்டுரை எழுதுவார். ஆனால் படிக்க சுவாரசியமாக இருக்கும்”. ஜக் எழுதுவது இப்போது புரிகிறது. தரூர் எழுத்துதான் புதுசு புதுசாகச் சொற்களோடு மிரட்டுகிறது.

★★★

பிபிசி-யின் தலை சிறந்த பத்து டிவி சீரியல்கள் எவை எனக் கூறு என்று யாராவது கேட்டால், எனக்கு மனசு இருந்தால் பட்டியல் அடுக்கும் பத்தில் நிச்சயம் எஸ் மினிஸ்டர், எஸ் ப்ரைம் மினிஸ்டர் இருக்கும். பிரிட்டிஷ் அரசியலை, அரசாங்கத்தை நையாண்டி செய்வதில் இந்த சீரியல்களை அடித்துக்கொள்ள முடியாது. இவற்றை வாராவாரம் விடாமல் ரசித்தவர்களின் பட்டியலில் பாதி பிரிட்டன் இருக்கும். பிரிட்டிஷ் பிரதமராக இருந்த மார்க்ரெட் தாட்சர் எஸ் மினிஸ்டர் ரசிகையாக முதல் இடத்தில் இருந்தார். அவர் ரசனையைச் சற்றே நீட்டி எஸ் மினிஸ்டர் கதாபாத்திரங்களான அமைச்சர் ஜேம்ஸ் ஹாக்கர், தந்திரமான அரசுத்துறை காரியதரிசி சர் ஹம்ஃப்ரீ ஆப்பில்பி ஆகியோரோடு மார்கரெட் தாட்சரே பிரதமராக மேடையில் தோன்றி ஒரு ஐந்து நிமிட குறுநாடகத்தை அரங்கேற்றினார். எழுதி இயக்கியவரும் மார்கரெட் தாட்சரேதான்.

”மாகி, இதைவிட காமெடியாக நீங்க பிரதம மந்திரியா நிஜமாகவே இருக்கறீங்களே அதைவிடவா ட்ராமாவிலே நடிக்கறது” என்று தாட்சரை அன்று வகைதொகை இல்லாமல் வஞ்சப் புகழ்ச்சி செய்தார்களாம்.

இவ்வளவு தூரம் பிரபலமாக எஸ் மினிஸ்டர் மற்றும் எஸ் ப்ரைம்

மினிஸ்டர் சீரியல்கள் இருந்தாலும், அவற்றுக்கு திரைக்கதை வசனம் எழுதிய ஜோனதன் லின், ஆண்டனி ஜே என்ற இருவர் அணியை யாரும் மதிக்கவில்லை. அந்த சீரியல்களில் நடித்த நடிகர்கள் *BAFTA* போல் நிறையப் பரிசு வாங்கி, சராசரி மக்களிடையே பிரபலமானாலும் அவர்களைப் பேச வைத்த வசனகர்த்தாக்களை, பரிசு தராவிட்டாலும் பரவாயில்லை, பரிசு விழா அழைப்பு கூட அனுப்பாமல் புறக்கணித்துவிட்டார்கள்.

வசனகர்த்தாக்களில் ஒருவரான ஜோனதன் லின் எழுதிய *'Comedy Rules From the Cambridge Floodlights to Yes Prime Minister* நூலில் தன் ஆதங்கத்தைக் கொட்டித் தீர்க்கிறதோடு தன் வசனகர்த்தா வாழ்க்கைக் குறிப்பை இடையே வரலாறாக எழுதி வாசிப்பை சுவாரசியமாக்குகிறார்.

மேடை நாடகத் துறையிலும் மும்முரமாக இருக்கும் ஜோனதன் லின், பிரிட்டனில் எப்படி நாடகத்தை விளம்பரப்படுத்துகிறார்கள் என்று சொல்வது இது பெரிய இடங்களில் லஞ்சம் புழங்குவதைப் பற்றிய நாடகத்தின் அரங்கேற்றத்தின்போது பழுப்பு கவரில் நிறையக் கரன்சி வைத்து நாடக விமர்சகர்களுக்கு அழைப்போடு கொடுத்தார்களாம். அவர்கள் அதிர்ச்சி அடையலாமா, ஆனந்தப் படலாமா என்று முடிவுக்கு வருவதற்குள் தெரியவந்தது - அது கரன்சி நோட் சாயலில் அச்சடித்த வெறும் காகிதமாம்.

நம்மூர் நாடக நடிகர்கள் வாயில்லாப் பிராணிகள். பிரிட்டீஷ் நாடக நடிகர்களில் சிலர் சதா நச்சரிக்கும் ரகமாம். நாடக போஸ்டரில் என் பெயர் இவ்வளவு சென்டிமீட்டர் நீளத்துக்குக் குறையாமல் இருக்க வேண்டும் என்று கான்ட்ராக்ட் எழுதும்போதே விதித்து விடுவார்களாம். கையில் ஸ்கேலோடு அலைகிற நடிகர்கள் போஸ்டரில் பெயரை அளந்து பார்த்து திருப்தி அல்லது அதிருப்தியடைவது உண்டாம்.

5. சின்னப் பையன் வெடிப்பு

எழுதப் படிக்கத் தெரிந்த ஒவ்வொருவரும் படிக்க வேண்டிய புத்தகம் இது என்று புத்தக வரலாறில் இதுவரை ஒரே ஒரு நூலுக்குத்தான் விளம்பரம் ஆனது. ஹிரோஷிமா என்ற அல்புனைவு இது. ஜான் ஹெர்ஸே எழுதியது. 1945 ஆகஸ்ட் 6 அன்று ஜப்பானில் பெருநகரமான ஹிரோஷிமா மேல் அமெரிக்கா அணுகுண்டுத் தாக்குதல் நடத்தியதைக் குறித்த இந்தப் புத்தகம் உலகில் பல மொழிகளில் மூன்று மில்லியன் பிரதிகள் மொத்தமாக விற்பனையாகியுள்ளது, இதைவிட அதிக விற்பனை, மாசேதுங்கின் சிவப்புப் புத்தகம்தான்.

இரண்டாம் உலக மகா யுத்தத்தின் இறுதியில் லட்சக்கணக்கான உயிர்களைப் பலிவாங்கிய அணு ஆயுதத் தாக்குதலில் ஹிரோஷிமா நகரம் கிட்டத்தட்ட அழிந்துவிட்டது. நகர மக்களில் குறைவானவர்கள் மட்டும் தப்பிப் பிழைத்தார்கள். இன்றைக்கு, இல்லாவிட்டால் நாளைக்கு, நாளை இல்லாவிட்டால் அடுத்த மாதம் என்று நீளும் சாவுப் பட்டியல்களில் இடம்பெறாத அதிர்ஷ்டசாலிகள் இவர்கள். அணுகுண்டு விழாத கால முழு ஆயுசு பெற்றவர்கள்.

அணு ஆயுதத் தாக்குதலுக்கு முந்தைய இவர்களின் வாழ்க்கை, அணுகுண்டு விழுந்தபோது அவர்களின் தனிப்பட்ட அனுபவம், சமூக அனுபவம், போருக்கு அப்புறம் அவர்களின் வாழ்க்கைத்

தொடர்ச்சி என்று ஆறு பேரின் வாழ்க்கை அல்புனைவுகள் இந்தப் புத்தகத்தில் சுவாரசியமாகக் கதைக்கப்படுகின்றன. தீர்க்கமான பச்சாதாபம், மனப் பக்குவம், பொறுமை என்று கலந்து ஜான் ஹெர்ஸே எழுதியது.

'சின்னப் பையன்' என்று அமெரிக்க ராணுவம் பெயர் வைத்துச் சீராட்டிய அணுகுண்டு ஹிரோஷிமா நகர் மேல் விழுந்தபோது ஜப்பானிய அரசுக்கும், மக்களுக்கும், அறிவியலருக்கும் கூட அந்தத் தாக்குதலின் பிரம்மாண்டமான நசிவு சக்தி புலப்பட்டிருக்கவில்லை.

அசாதரணமான 6000 டிக்ரி செல்ஷியஸ் வெப்பத்தைக் கிளப்பி 'சின்னப் பையன்' வெடிக்க, அருகே ஒரு வங்கிக் கட்டடத்தின் வெளிச் சுவரை தெருவில் இருந்து பெயிண்ட் அடித்துக் கொண்டிருந்தவர் பஸ்பமாக, சுவரில் அவருடைய வெப்ப நிழல் புகைப்படம் போல் பதிந்தது இன்னும் அங்கே உண்டு. இந்த அணுகுண்டின் கதிரியக்கத்தில் இருந்து தப்ப ஐம்பது இஞ்ச் விரிவுள்ள சுவர் எழுப்பி அதனைக் கடந்து அமர வேண்டும். யாருக்கும் அப்போது தெரியாது.

இதற்கப்புறம் சகலரும் தண்ணீர் தண்ணீர் என்று தாகத்தோடு நீரருந்த முனைய, 'மின்சார ருசி'யோடு (electric taste) குடிநீர் மாறியிருந்ததாம். குடித்த பிறகு வாய்க்கு வயிறு மேலெழும்பி வந்ததுபோல் வயிற்றுப் பிரட்டல், குமட்டல். என்றாலும் நீர் வேட்கை, வேட்டை நின்றபாடில்லை.

கூடவே குண்டு வெடிப்பில் தீப்பிடித்த கட்டடங்களில் இருந்து வெளிப்பட்டு ஓடுகிறவர்களின் கூட்டம். தாறுமாறாக ஓடிய மக்கள் சற்று நேரத்தில் அணுகுண்டு விழுந்த பிரதேசத்திலிருந்து விலகி ஓட ஆரம்பித்தார்கள். கொஞ்சம் போல் உணவு, அத்தியாவசியச் செலவுக்காக பணம் என்று எடுத்துப் போனவர்கள் நிறைய. அவர்களோடு, பிழைத்துக் கிடந்தால் உயிர் வாழ வருமானம் சிறிதாவது கிடைக்கச் செய்ய பழைய தையல் மெஷினை எடுத்துக்கொண்டு ஓடிய தையல்காரரின் விதவை மனைவியும் உண்டு. உருட்டிப் போக முடியாமல் அவள் அந்தத் தையல் மிஷினை தெருக் குழாய் மேடையில் விட்டுப் போனாள், யுத்தம், அணுகுண்டுத் தாக்குதல் எல்லாம் முடிந்து திரும்ப வந்தபோது அங்கேயே, அப்படியே இருந்தது. துரு ஏறியிருந்ததுதான் அதில் தொந்தரவு.

கையில் இப்படி இன்றியமையாததோ, நேசிக்கும் பொருளோ எடுத்துக் கொண்டு ஓடுகிறவர்களை வெறுங்கையோடு எதிர்ப்படுகிறவர்கள் கரம் கூப்பி வணங்கி 'மன்னியுங்கள் நான் வெறுங்கையோடு ஓடுகிறேன்' என்று ஜப்பானிய கலாசாரப்படி வணங்கி ஆறுதலைச் சொல்லிக் கடந்து போனார்கள்.

தீப்பற்றி எரியும் கட்டடங்களின் உள்ளே சிக்கியவர்கள், ஜன்னல் வழியே பார்த்து 'ஐயா, மன்னிக்கவும், ஏணி ஏதாவது இருந்தால் சார்த்துகிறீர்களா' என்று வீதியில் ஓடியவர்களை மரியாதை விலகாமல் உதவி கேட்டார்கள். *Incredible people, these Japanese...*

ஓடிய வழியில் தோட்டத்தில் கொடியில் காய்த்த பூசணிக்காய், அணு வெப்பத்தில் பக்குவமாகச் சுடப்பட்டு *(grilled)* சாப்பிடத் தயாராக இருந்ததாம்.

குண்டு வெடிப்பை அருகில் இருந்து பார்த்தவர்களின் கண்கள் முகத்திலிருந்து வெளியே பிதுங்கி வந்து விழ, தீனமான கூக்குரல் எங்கும் கேட்டது.

திடீரென்று பெரிய கருப்புத் துளிகளாக மழை விழுந்தது. மழைத் துளியின் வித்தியாசத்தை கவனிக்கவோ, முழுக்க அபாயம் தெரிந்து பயப்படவோ யாரும் இல்லை.

தலை சிறுத்த, உடல் சூம்பிப்போன சிசுக்கள் பிறக்க, கருச் சேதம் ஏற்பட, இளைஞர்களின் ஆண்மை அழிய 'சின்னப் பையன்' விளைவித்த நாசத்தின் எல்லை விரிந்துகொண்டே போனது. அணுகுண்டுத் தாக்குதலைத் தப்பிப் பிழைத்தவர்களை மற்ற ஊர், நகர ஜப்பானியர்கள் நித்திய சீக்காளிகளாகக் கருதி உதாசீனப்படுத்தினார்கள். வேலை வாய்ப்பு மறுக்கப்பட்டது.

ஜான் ஹெர்ஸே விடாமல் இந்நூலுக்காகத் தொடர்ந்த ஜப்பானியரை அமெரிக்காவுக்கு விமானமேற்றிக் கூட்டிப் போனார் அவர்களை வழிநடத்தியவரும், ஆறில் ஒருவருமான தனிமோடா, மதகுரு. இந்த ஹிரோஷிமா அணுகுண்டுக்குத் தப்பியவர்கள் அமெரிக்காவில் நகரம் நகரமாகப் பயணப்படுகிறார்கள். அவர்களுக்கு அனுதாபம் பெருக, அமெரிக்கர்கள் நன்கொடை மழை பொழிந்தார்கள்.

ஆனாலும் அமெரிக்கர்கள் 'ஜப்பான் மேல் குண்டு வீசியது சரியான

செயல்தான், இதற்காக ஜப்பானிடம் மன்னிப்பு கேட்கவேண்டாம்' என்று கருத்துக் கணிப்பில் பெரும்பான்மையாக இன்னும் சொல்கிறார்கள்.

தனிமோடா சுய விளம்பரத்துக்காக எல்லாம் செய்கிறார் என்று புகார் எழுந்தது. அணுகுண்டை விமானத்தில் ஏற்றி வந்து ஹிரோஷிமா நகரத்தின் மேல் வீசிய இணை விமான ஓட்டுநர் *co-pilot* தொலைக்காட்சி நேர்காணலில் வந்து அணுகுண்டு அழித்த லட்சக்கணக்கான ஜப்பானியர்களுக்காக தேம்பி அழுதார். 'தப்பு தான் நாங்க செய்தது' என்று புலம்பிய அவர் வடித்தது முதலைக் கண்ணீர் என்றும், டெலிவிஷன் ஸ்டூடியோவில் நேர்காணலுக்கு வருவதற்கு முன் பக்கத்து மதுக்கடையில் சுருதியேற்றிக்கொண்டு வந்து சிறப்பாக நடித்துக் கொடுத்தார் என்றும் தெரிய வருகிறது.

ஷிண்டோ புத்தமதத்தினரான ஜப்பானியர்களை மதம் மாற்றும் செயல்பாடுகளும் இந்தக் கலவரமான நேரத்தில் நடந்தேறின. ஜான் ஹெர்ஸே ஒன்று விடாமல் பதிவு செய்கிறார்;.

நியூயார்க் டைம்ஸ் பத்திரிகை ஒரு நாள் வெளியான பத்திரிகையின் அத்தனை பக்கங்களிலும் ஜான் ஹெர்ஸே எழுதிய ஹிரோஷிமாவைப் பிரசுரித்துக் கவுரவப்படுத்தியது.

ஜான் ஹெர்ஸே வார்த்தையில் வடித்த அந்த ஆறு பேரின் வாழ்க்கையை கவனிக்கும்போது நமக்குப் புலப்படுவது, யுத்தமோ அணு ஆயுதத் தாக்குதலோ, ஊரோடு அழிவோ அல்லது போர் ஓய்ந்த அமைதிக் காலமோ, வாழ்வில் முன்னேறுகிறவர்கள் முன்னேறிக்கொண்டேதான் இருக்கிறார்கள். அல்லாதவர்கள் இன்னும் பின்னடைவுதான் அனுபவிக்கிறார்கள்.

★★★

காலம் சென்ற எலிசபெத் மகாராணி குடும்ப சொத்தான வின்ஸ்டர் கோட்டையில் தங்குவதைவிட, எடின்பரோ ஸ்காட்லாந்தில் அவ்வப்போது தலையைக் காட்டுவதை விரும்பினார் என்று கேள்வி. காரணம் வின்ஸ்டர் கோட்டை பாத்ரூமில் ஃப்ளஷ் அடைத்துக்கொள்வது இல்லை. இருபத்தைந்துக்கு மேற்பட்ட பேய், பிசாசுகள் சுகவாசம் செய்வதும் அங்கேதானாம். அதில் ஒண்ணு எலிசபெத் மகாராணி கண்ணில் பட்ட இடம் வின்ஸ்டர் கோட்டை நூலக அறை. வந்த ஆவி 1603ல் காலமான முதலாம்

எலிசபெத் மகாராணியுடையது.

புத்தகம் படிக்கும் இந்த ராஜ வம்ச ஆவியையோ வேறெந்த ஆவியையோ எனக்குப் பரிச்சயமில்லை. எனினும் ஸ்காட்லாண்டில் லம்லே கோட்டையில் அலுவலக கூட்டத்துக்கும் தொடர்ந்து சோமபான விருந்துக்கும் போனபோது, வர அழைப்பில்லாத நண்பர்கள் எச்சரித்தார்கள் 'லம்லே கோட்டையில் ஒரு அழகான பெண் பிசாசு உண்டு. விருந்தாளிகளை வசியம் செய்து அழைத்துப் போய்க் கிணற்றில் தள்ளிவிடும். ஆஸ்திரேலியா கிரிக்கெட் அணி அங்கே தங்கியிருந்தபோது, விளையாட்டு வீரர்களில் பலருக்கும் ஆவி தரிசனம் கிடைத்து உடம்பு நடுங்கியது. கிணற்றில் விழுந்த அணியாகாமல் ராத்திரியோடு ராத்திரியாக வேறு இடத்துக்கு மாறிப் போனார்கள் ஆஸ்திரேலியர்கள். ஜாக்கிரதை'. கேட்டு மகிழ்ந்து லம்லே கோட்டையில் ஆவலோடு ஆவி பிடிக்கப் போனேன். கிணற்றில் தள்ளிவிடும் ஆவி எப்படி உடுத்தியிருக்கும்? என்ன மொழி பேசும்?

அந்த ராத்திரி அரைத் தூக்கத்தில் இருந்தபோது யாரோ பக்கத்தில் படுந்து முகத்தைத் தடவிய உணர்வு. துள்ளி எழுந்து பார்த்தேன் யாரும் இல்லை. விடிகாலையில் எடின்பரோவுக்குத் திரும்பும்போது ஒரு சிறு கரடி ஒரு வினாடி பாதைக்குக் குறுக்கே தென்பட்டதாகத் தோன்றியது. தயங்கித் தயங்கிச் சொன்னேன் நண்பரிடம் . 'இங்கே பேய் இருக்கே தவிர கரடி எல்லாம் கிடையாது' என்று வெள்ளையர்கள் மறுத்தார்கள். ஆவியோ கரடியோ இட்டுப்போய், கிணற்றில் விழுந்த ப்ராஜக்ட் மேனேஜரை கீழிறங்கித் தூக்கி விடு என்று யாரை வேண்ட?

★★★

அண்மையில் காலமான எலிசபெத் மகாராணியின் 'விருப்பமில்லை' லிஸ்டில் முதல் ஐட்டம் உள்ளிப் பூண்டு. கடந்த நூறு வருஷமாக பக்கிங்ஹாம் அரண்மனையில் நுழையாத பூண்டுக்கு அடுத்து, அவருடைய காலஞ்சென்ற கணவர் ஃபிலிப்பின் சகலரையும் அவமதிப்பதான பேச்சு. பிலிப்புக்கு வாயில் கொடுக்கு. கிட்டத்தட்ட செஞ்சுரி போட்ட பிலிப் செயலாக இருந்தவரை அதிரடியாக ஜோக் அடித்துக் கொண்டிருந்தார். சாம்பிளுக்கு சில -

நாலு கால் உண்டு, நாற்காலியில்லை; ரெண்டு இறக்கை உண்டு,

விமானம் இல்லை; நீரில் விட்டால் நீந்தும், நீர்மூழ்கிக் கப்பல் இல்லை. என்றால், சீனர்கள் அதைக் கட்டாயம் சாப்பிடுவார்கள்.

சீனாவில் ரொம்ப நாள் தங்கினால் கண் சிறுத்துப் போகும் சீனர் போல.

காலம் காலமாக இங்கிலீஷ் பிரபுக்கள் வீடு பெருக்கி மெழுகும் வேலைக்காரிகளோடு தொடர்பில் இருக்கிறார்கள். சிலர் அமெரிக்கப் பெண்களோடுகூட நெருக்கத்தில் இருக்கிறார்கள்.

ஜனத்தொகையைக் கட்டுப்படுத்தச் சிறந்த வழி காட்டுமிராண்டித் தனத்தை ஊக்குவிப்பதுதான்.

6. தென்கொரியத் தமிழகம்

தென் கொரிய எழுத்தாளர்கள் மேஜிக்கல் ரியலிசத்தில் முழுகி முத்தெடுக்கும் காலம் இது. வித்தியாசமான கதை சொல்லும் எழுத்தாளர்களின் எழுத்துகள் வாசகர்களுக்குப் பிடித்துப் போனதால் இருக்கலாம்.

அதைவிட முக்கியம் படைப்பை நல்ல இங்கிலீஷில் மொழிபெயர்த்துத் தர ஒரு தேர்ந்த மொழி பெயர்ப்பாளர் வேண்டும். அகில உலக அளவில் அந்த நாவலை (அல்லது சிறுகதை, குறுநாவல் தொகுப்பை) சர்வதேச ஆங்கிலப் பதிப்பாக வெளியிட்டால் போதும். இலக்கியப் பேருலகம் அதை இருகரம் நீட்டி மேலே ஏற்றிவிட்டுத் தாங்கிப் பாராட்டத் தயங்குவதே இல்லை.

கிழக்காசிய இளம் தலைமுறை எழுத்தாளர்களுக்கு உண்டான கொஞ்சம் பூடகம், கொஞ்சம் தொன்மம், கொஞ்சம் பேயோட்டம், கொஞ்சம் அறிவியல், கொஞ்சம் தேவதைக் கதையாடல் என்று சரிவிகிதத்தில் கலந்து தரும் படைப்புகள் தோற்பதே இல்லை. இப்போது, சபிக்கப்பட்ட முயல் பொம்மை *(Cursed Bunny)*.

போரா சாங்குக்கு *(Bora Chang)* கிடைத்த மொழிபெயர்ப்பாளர் ஆண்டன் ஹெர் கொரிய, இங்கிலீஷ் மொழிகளில் தேர்ந்தவர்.

இவர்கள் கூட்டுறவில், 'சபிக்கப்பட்ட முயல் பொம்மை' புக்கர் பரிசுக்கான நீள்பட்டியலில் இந்த ஆண்டு இடம் பெற்றுப் பரவலாகக் கவனத்தை ஈர்த்தது.

முதல் கதை 'முகம்' அந்தக் கவன ஈர்ப்பைப் பெறுகிறது. கழிப்பறையில் இருக்கிறாள் கதாநாயகி. நரகல் வெளியேற்றும்போது கழிவுப் பாத்திரத்தில் ஒரு பெண் தலை தெரிகிறது. நரகலைத் தின்னும் அந்தத் தலைப் பெண். அம்மா என்று அழைத்து கதாநாயகியோடு பேச முயல்கிறாள். அவசரமாக ஃப்ளஷை இழுத்துவிட்டு கழிவுப் பாத்திரத்தை மூடுகிறாள் நாயகி படபடப்போடு.

கழிப்பறைப் பெண் தலை தட்டுப்படுவது இனி இல்லை என்று நினைக்கிறாள். ஆனால் அப்புறம் அடிக்கடி டாய்லெட்டில் தலை மட்டுமாக அவள் கண்ணில் படுகிறாள்.

கதாநாயகியின் கழிவு உண்டு அவள் வேகமாக வளர்கிறாள். கதாநாயகி திருமணம் ஆகி குழந்தை பெற்று வளர்க்கும்போது அவள் மகளின் டாய்லெட்டுக்கு வருகிறாள் தலை மட்டும் தெரியப்படுத்தும் பெண்.

யார் அது என்று நாயகியின் மகள் கேட்க, அதுதான் தலை என்று நகைச்சுவை போல் சொல்ல அம்மாவும் மகளும் சிரிக்கிறார்கள்.

கதாநாயகி மட்டும் டாய்லெட்டில் இருக்கும்போது கண்ட நேரத்தில் வந்து சங்கடப்படுத்தியதற்காக தலைப் பெண்ணைக் கண்டிக்கிறாள் அவள். அந்தப் பெண் வேறேதும் பேசாமல் நாயகியின் உடுப்பை உடுத்திப் பார்த்துக் கொடுக்கும் சந்தோஷத்தை யாசிக்கிறாள். அப்புறம் வரவே மாட்டேன் என்று வாக்குறுதி வேறு தருகிறாள்.

நாயகி உடுப்பைக் களைந்து அவளிடம் தர வேகமாக அதை உடுத்திக் கொள்கிறாள். அவள் கதாநாயகி இளம் வயதில் இருந்ததுபோல் தெரிகிறாள். 'நான் உன் இடத்தில் இனி இருப்பேன். நீ நரகல் தின்று இனி என் இடத்தில் இரு' என்று ப்ளஷை இழுத்துத் தண்ணீர் அடித்து கழிவுப் பாத்திரத்தை மூட கதாநாயகி ப்ளஷ்ஷில் தண்ணீரோடு அடித்துச் செல்லப்பட்டு மறைகிறாள்.

மேஜிக்கல் ரியலிசமும் பெண்ணியமும் இருத்தலியலும் தனிமைத்

துயரும் சேர்ந்த கலவை இது. இவ்வளவு அடுக்குகளாக மேஜிக்கல் ரியலிசக் கதை எழுதினாலும் போரா சாங்க் கொரியாவில் பயங்கரக் கதை எழுத்தாளராகத்தான் கருதப்படுகிறாரம். அவர் எழுதுவது இலக்கியத் தரமான கதைகள் இல்லை என்கிறார்களாம் கண்டிப்பான விமர்சகர்கள். தென்கொரியாவும் தமிழகம் ஆயிற்று கண்டீர்!

★★★

விடியற்காலை நான்கு மணிக்கு எழுந்து மைக்ரோவேவ் அடுப்பில் சுமார் சூட்டில் காப்பி போட்டுக் குடிப்பதோடு இத்தனை வருடம் பொழுது புலர்ந்து கொண்டிருந்தது. ஒரு வருடமாக காப்பி இரண்டாம் இடத்துக்குத் தள்ளப்பட்டது.

லாப்டாப்பில் நெட் உள்ளே போய் நியூயார்க் டைம்ஸ் தளத்தில் வோர்டில் *wordle nytimes* என்று கொடுத்து உள்ளே போக, ஆறு வரிசையாக, ஐந்தைந்து சதுரங்கள் எனக்குக் காத்திருக்கின்றன.

வார்த்தை விளையாட்டில் அடுத்த பத்து நிமிடம் என்னை மறக்கிறேன், என் சூழலை மறக்கிறேன், குடும்பத்தை மறக்கிறேன்.

இப்படி நான் மட்டுமில்லை, லட்சக்கணக்கான பேர் உலகம் முழுவதும் வார்த்தையைக் கண்டுபிடிக்க ஒரு நாளுக்குக் குறைந்தது ஐந்து நிமிடம், அதிக அளவு ஒரு மணி நேரம் செலவழிக்கிறார்கள். இது இங்கிலீஷ் வார்த்தை அறிவு அதிகப் படுத்தும் விளையாட்டு என்பதால், வெட்டி நேரம்போக்கு இல்லை. அமெரிக்காவின் உப ஜனாதிபதி கமலா ஹாரிஸ், மைக்ரோசாஃப்ட் பழைய தலை பில் கேட்ஸ் என்று வேர்டில் அன்பர்களாகினரே சோழா தோழா.

சுருக்கமாக வேர்டில் *Wordle* விளையாட்டு என்ன என்றால் உங்களோடு விளையாடும் நியூயார்க் டைம்ஸ் கணினி ஒவ்வொரு நாளும் ஒரு ஐந்தெழுத்து வார்த்தையை யாரும் அறியாமல் பொத்தி வைக்கிறது. அந்த வார்த்தை என்ன என்று ஆறு வரிசை சதுரங்களை நிரப்பி ஆறு தடவைக்குள் முயன்று கண்டு பிடித்தால் உங்களுக்கு வெற்றி. இங்கிலாந்து வேல்ஸ் பகுதியிலிருந்து அமெரிக்காவுக்கு சாப்ட்வேர் பணி நிமித்தம் இடம் பெயர்ந்த பொறியாளர் வார்டில் *Wardle* தன் அன்பு மனைவிக்குப் பரிசாக உருவாக்கியது வேர்ட்ல். அதன் பிரபலம் ஏறிவர வர, நியூயார்க் டைம்ஸ் பத்திரிகை அதை விலை கொடுத்து வாங்கி, பத்திரிகை

கணினி அமைப்பில் ஏற்றி விலையின்றி எல்லோருக்கும் இயக்க சந்தர்ப்பம் அளிக்கிறது. *Wardle Wordle* பெயர் ஒற்றுமை பாரீர்.

ஆங்கில மொழிச் சொல் அறிவு, ஸ்பெல்லிங் திறமை, நீண்ட கால, மற்றும் குறுகிய நேர நினைவாற்றல், விரைவு ஒப்பு நோக்கு இதெல்லாம் அதிகமாக, ஒரு நாளைக்கு ஐந்து அல்லது பத்து நிமிடம் இந்த விளையாட்டுக்குச் செலவு செய்து வெற்றியோடு லேப்டாப்பை மூடி வைக்கலாம், மொபைல் போனை பாக்கெட்டில் போட்டுக் கொள்ளலாம்.

வேர்டிலில் முதல் வரிசை சதுரங்களை நிரப்பி விட்டால், மற்றவை கடகடவென்று நடந்தேறிவிடும் என்ற நம்பிக்கை அமெரிக்க உப ஜனாதிபதி கமலா ஹாரிஸுக்கு உண்டு. அவர் எப்போதும் வேர்ட்ல் விளையாட்டை *NOTES* என்ற சொல்லை முதல் வரிசைச் சதுரங்களில் இட்டுத் தொடங்குகிறாராம். பிரிட்டீஷ் பிரதமர் ரிஷி சுனக் என்ன சொல்கிறாரென்று கேட்டுச் சொல்கிறேன்.

★★★

அர்ஜென்டினா தயாரிப்பான ஸ்பானிஷ் மொழித் திரைப்படம் ஆல் ஹெய்ல் *All Hail* நெட்ஃப்ளிக்ஸில் பார்த்துக் கொண்டிருந்தேன். கிட்டத்தட்ட பிரமாதம்.

சின்னத்திரையில் வானிலை ஆருடம் சொல்லிப் பிரபலமான மிக்யொல் இதுவரை சொன்ன எந்த ‘மழை வரும்’, ‘வெய்யில் அடிக்கும்’ ஆருடம் ஃபோர்காஸ்ட், *prediction* - பொய்த்ததில்லை. ஒரே ஒரு ஆலங்கட்டி மழையை மட்டும், வரும் என்று கணிக்கத் தவறுகிறார். நாடு முழுவதும் அவர்மேல் கோபப்படுகிறது, அவர் கொஞ்சநாள் தலைநகரம் போனஸ் அயர்ஸை விட்டு, இன்னொரு நகரமான கோர்டோபாவில் மகள் வீட்டில் மறைந்திருந்து வாழ்கிறார்.

மிக்யொல் தன் புகழில் போதை ஏற்பட்டு அவ்வப்போது மகள் எழுதிய நான் சௌக்கியம் நீ சௌக்கியமா கடிதாசுகளுக்குக் கூட ஒரு வரி பதில் எழுதி அனுப்பாமல் மழை வருமா என்று ஆருடம் சொல்வதில் மும்முரமாக இருந்தார். மகளை அவள் வீட்டில் சந்தித்து அவளோடு இருக்கக் கிளம்பி வந்தபோது அவள் சொல்கிறாள் - ‘நீங்க இங்கே இருந்தால் எனக்கு சரிப்படாது. ஏதாவது ஹோட்டல்லே பார்த்துக்குங்க.’

எப்படியோ மன்றாடி அவளோடு தங்குகிறார். வெளியே போய்விட்டு வந்தால் வீட்டுக் கதவு உள்ளிருந்து ரெட்டைத் தாழ்ப்பாள் போட்டிருக்கிறது. டாக்டர் மகளும் அவளுடைய டாக்டர் நண்பன்களும் துணி துறந்து திரிந்துகொண்டு கதவைத் திறக்க, கண்டுக்காம போகவேண்டி வருகிறது வானிலை ஜோசியருக்கு.

அழுக்குக் கோட்டும் மரை கழன்ற நடையுடை பாவனையுமாக ஒருத்தரின் நட்பு கிடைக்கிறது மிக்யொலுக்கு. அழுக்குக் கோட்டார் விளையாட்டாக இன்னும் இத்தனை மணி நேரத்தில் இங்கே மழை பெய்யும் என்று நேரமும் இடமும் சொல்ல அதன்படிக்கு ஒரு நிமிடம் முன்னே பின்னே இல்லாமல், வேறே எங்கேயும் பெய்யாமல், சொன்ன இடத்தில் சொன்ன நேரத்தில் மழை கொட்டுகிறது. அவர் உதவியோடு மிக்யொலுக்கு ஆருடப் புகழ் திரும்பக் கிடைக்கிறது. இப்படிப் போகிறது படம்.

நகைச்சுவையும், உருக்கமுமாக முன்னேறும் படத்தில் அந்த வானிலை ஜோசியரும் *(Guillermo Francella)*, அவருடைய டாக்டர் மகளும் *(Romina Fernándes)* வரும் காட்சிகள் ஏழெட்டு நிமிடம் நீண்டாலும் சிறப்பான நடிப்பினால் மிளிர்கின்றன.

Guillermo Francella அர்ஜென்டினாவின் மிகச் சிறந்த நகைச்சுவை நடிகராம்.

பார்க்க வேண்டிய திரைப்படம்.

★★★

இதை எழுதும்போது உலகக் கோப்பை கால்பந்தாட்டம் 2022 க்வட்டாரில் அமோகமாக நடந்து வருகிறது. செமிஃபைனலில் அர்ஜென்டினா குரோஏஷியாவை 3:0 கோல் வித்தியாசத்தில் தோற்கடித்து இறுதிச் சுற்றுக்கு அமர்க்களமாகப் போயிருக்கிறது.

முதல் சுற்று, இரண்டாவது என்று வந்த பந்தயங்களில் சில நம் ஊர் ராத்திரி எட்டரைக்கு, நமக்குச் சௌகரியமாக நடந்தேற, மற்றவை நடுநிசி கழிந்து பேயுறங்கும் 12:30 க்குத் தொடங்கி ராத்திரி 2:30க்குப் பெரும்பாலும் முடிவுறுகின்றன.

இந்த ஆண்டுப் பந்தயங்களில் கணிசமான அணிகள் 0–0 என்று இருக்கும். பந்தயம் நடக்கும் 90 நிமிஷத்தில் கோல் போடாமல்,

அதற்கு அப்புறம் தரப்படும் 30 நிமிடத்திலும் கோல் இன்றி, கடைசியில் பெனால்டியில் வெற்றி தோல்வி நிச்சயிக்கப் பெற்றன. இரண்டு மணி நேரம் இந்தப் பக்கம் 11 பேர், அந்தப் பக்கம் இன்னொரு 11 என்று உயிரைக் கொடுத்து ஆடியதுக்கெல்லாம் மதிப்பு இல்லாமல் ஒற்றைக்கு ஒற்றையாக கோல் கீப்பரை நிறுத்தி பெனால்டி உதை சவிட்டிப் பிடிக்கச் சொல்வது கொடுமை. உலகமே எதிரே நின்று பார்த்திருக்க, வரும் பந்தை எதிர்பார்த்து நிற்கும் கோல்கீப்பரின் தனிமை மகத்தான சோகமாகும்.

மற்றபடி வீரர்கள், வெற்றி, தோல்வி, மஞ்சள் சிவப்பு அட்டைகள் எல்லாம் உண்டு FIFA 2022லும்.

மெஸ்ஸி என்றால் அர்ஜென்டினா சௌதி அரேபியாவிடம் தொடக்கத்திலேயே பரிதாபமாகத் தோற்றதும், கிறிஸ்டியானோ ரொனால்டோ எனும்போது போர்ச்சுகல் சந்தித்த தோல்வியும், நெய்மார் என்கையிலே பிரசீல் க்ரோஆஷியாவிடம் வாங்கிக் கட்டிக்கொண்ட தோல்வியும், கேன் என்று சொல்லும்போது பிரான்ஸிடம் இங்கிலாந்து பரிதாபமாகத் தோற்றதும், லெவண்டஸ்கி ஒரு கோல் போட்டு ரிடையர் ஆக, போலந்து தோற்றதும், லுகாகூ என்றிட பெல்ஜியம் கோல் இன்றித் துரத்தப்பட்டதும், இது கோல் இல்லை என்று சில நேரம் ரெஃப்ரியும், பல நேரம் கம்ப்யூட்டரும் தரும் -ஆஃப் சைட் தீர்ப்புகளும், செட் பீஸ் பெனால்டி கிக், த்ரோ, கார்னர், ஹெடர், க்ராஸ், பாஸ் என்னும் பரிபாஷையும், தூக்கம் விழித்துச் சிவந்த கண்களும், தளர் நடையும் இன்னும் ஒரு மாதமாவது நினைவில் வராமல் வாய்ப்பில்லை. Viva La FIFA 2022!

உலகக் கோப்பை கால்பந்தாட்ட மேட்ச்கள் ஜியோ சினிமா சேனலில் தமிழில் பார்க்கக் கிடைத்தன. முழுக்க முழுக்க கால்பந்தாட்டக் கண்ணோட்டத்தில், பந்தாட்ட வீரர்கள் விஜயன், ராவணன் போன்றோர் மிக அழகான எளிய தமிழில் அளித்த வர்ணனைகள் இவை. Let their tribe increase.

என்.எஸ் மாதவன் மலையாளத்தில் அற்புதமான கால்பந்து சிறுகதை ஹிகியுடா எழுதியது போல் தமிழில் ஃபுட்பால் கதை இல்லை என்ற வசை ஒழிய யார் காத்திரமான கால்பந்து கதை எழுதப் போகிறார்கள்? நான் கொஞ்சம் தமிழ், கொஞ்சம் மலையாளம் என்று எழுதிப் பார்த்த 'பந்து' ஒரு பிள்ளையார் சுழி.

7. சப்தகோலாகலம்

அமெரிக்காவால் படுகொலை செய்யப்பட்ட இராக் அதிபர் சத்தாம் ஹுசைன் தூக்குமேடை ஏறுவதற்கு முன் கேட்டு, கொடுக்கப்படாமல் போனவற்றில் நல்ல இலக்கியமும் உண்டு. அவர் குறிப்பிட்டுக் கேட்ட எழுத்து எகிப்திய அரபி மொழி-எழுத்தாளர் நகிப் மாஃபஸ் *Nagiub Mahfouz* எழுதிய புதினங்கள் என்பது ஆச்சரியமளிக்கும்.

அரபுமொழி எழுத்தாளர் யாரும் நகிப் மாஃபஸுக்கு முன் உலக அளவில் நோபல் விருது அங்கீகாரம் பெறவில்லை. அவருக்கு அப்புறமும் அதே நிலைதான் நீடிக்கிறது. அவருடைய சர்க்கரைத் தெரு புதினங்கள் என்ற மூன்று நாவல் தொகுதி *Sugar Street Trilogy* பற்றி பாக்லவா- அரபு இனிப்பு பற்றிப் பேசும்போது போகிற போக்கில் சொல்லிப்போனது நினைவு வருகிறது. சற்று விரிவாக இங்கே.

மூவாயிரம் ஆண்டு முற்பட்ட பாரோ மாமன்னர்களோ, நைல் நதி தீரத்துப் பேரழகி கிளியோபாத்ரா மகாராணியோ இல்லை நகிப் மாஃபஸ் படைப்பில் எழுந்து வருகிறவர்கள். எகிப்திய, என்றால், அரேபிய மத்தியதர வர்க்கத்தின் வாழ்க்கையை மூன்று தலைமுறையின் விரிவான சித்திரிப்பாக மூன்று நாவல்களில் சொல்கிறார் நாவலாசிரியர்.

எகிப்தியத் தலைநகர் கெய்ரோ மாநகர் சர்க்கரைத் தெருவில் மளிகைக் கடை வைத்திருக்கும் அல் சய்யித் மற்றும் அவர் குடும்பத்தின் வாழ்க்கையை நிதானமாகச் சொல்கிற *Palace Walk, Palace of Desire, Sugar Street* என்ற தொடர் புதினங்கள் இவை. மூன்றும் கெய்ரோ வீதிகளின் பெயர்கள். இருபதாம் நூற்றாண்டோடு தொடங்கும் இக்கதையாடலின் வழியேதான் அரேபிய இலக்கியம் சுவடு பதித்துச் செல்கிறது. ஒரு வகையில் இது கெய்ரோ பெருநகர வாழ்வைச் சொல்லும் நகர இலக்கியமும் கூட .

தொகுப்பின் முதல் நாவல் 1917 முதல் உலகப் போர்க் காலத்தில் தொடங்கி வளரும் இரண்டு வருட வரலாறாக எழுதப்பட்டது. இரண்டாம் நாவல் 1924-ஆம் ஆண்டு தொடங்கி நான்காண்டு நிகழ்வு சொல்லும். மூன்றாம் நாவல் 1935-ல் தொடங்கிப் பத்து ஆண்டு நடக்கும். ஒரே சீராக நாவல் தொகுப்பு விரிவதில்லை என விமர்சகர்கள் குற்றம் சொன்னாலும். நாவல் மொழியும், கதையும் நேர்த்தியாகப் பிணைந்து எழுவதால் சிறு பிசகுகளைக் கண்டு கொள்வதில்லை.

முதல் நாவல் 'அரண்மனை நடைவீதி' நள்ளிரவில் தொடங்குகிறது. எல்லோரும் ஆழ்ந்து உறங்கும் அந்தப் பொழுதில் அல் சய்யிதின் மனைவி ஆமினா விழித்தெழுகிறாள். வீட்டோடு இருக்கும் பணிப்பெண் உம்ம் ஹனபி எஜமானியோடு எழுந்து விடுகிறாள். தீபத்தைக் கையில் ஏந்தி கொண்டு தாழ்ந்த குரலில் குரான் ஓதிக்கொண்டு அந்த இரண்டு மாடி வீட்டின் ஒவ்வொரு அறையாக ஆமீனா நடக்கிறாள். அங்கே ஏதாவது பிசாசுகள் இருந்தால் விரட்டத்தான் குரான் ஜபிப்பது. பிசாசுகள் ஒருவேளை இருந்தாலும், கல்யாணமாகி கால் நூறாண்டுக்கு முன் அந்த வீட்டுக்குள் வந்த ஆமினாவுக்கு எந்தத் தீமையும் செய்யாதவையாகப் பழக்கமாகியிருக்கும் அவை.

பிசாசு இருக்கட்டும், மாலையில் வெளியே போயிருந்த ஆமினாவின் கணவர் அல் சையத் இன்னும் வீடு திரும்பவில்லை. அவருக்காக, மௌனமான, கீழ்ப்படிதலுடன் கூடிய, ஏன் தாமதம் என்று கேட்கத் துணியாத தினசரிக் காத்திருப்பு ஆரம்பமாகிறது. வண்டியில் பூட்டிய குதிரைகளின் குளம்படிச் சத்தம் கேட்கும்வரை நீடிக்கும் அது.

சையதின் இரண்டாம் மனைவி ஆமினா. முதல் மனைவியை அவர் விவாகரத்து செய்துவிட்டார். அவளுக்குப் பிறந்த மகன் யாசினைத் தன் பிள்ளை போல் வளர்த்துவருகிறாள் ஆமினா. அப்புறம் ஆமினாவுக்குப் பிறந்த இரண்டு பிள்ளைகள் பாஹ்மே, கமால். இரண்டு மகள் கதிஜா, ஆயிஷா. இவர்களில் கடைக்குட்டி, பத்து வயதான கமால். மூன்றாம் நாவல் நிறைவடையும்போது கமால் முப்பதுகளின் இறுதியில் இருப்பார். மூன்று தலைமுறை குடும்ப வரலாற்றைக் கமாலின் பார்வையில் நுணுக்கமாகச் சொல்லிப் போகிறார் நகிப் மாஃபஸ். குடும்பத்தின் வரலாறு அவர்களுடைய அண்டை அயலார், நண்பர்கள், வீடுகளில் சங்கீத ராத்திரிகள் நடத்தும் அழகான பாடகிகள், யாழ் வாசிக்கும் பெண்கள், சூஃபி சித்தர்கள், பள்ளிகள், அலுவலகங்கள், மசூதிகள், காப்பிக்கடை பரிச்சயங்கள், இத்தனையும் போதாமல் எகிப்திய அரசியல், அரசு, ஆக்கிரமிக்க வந்த பிரிட்டீஷ், ஆஸ்திரேலியா ராணுவம் என்று விரிய, பரந்த கான்வாஸில் எழுதப்பட்ட நாவல்கள் இவை.

நகிப் மாஃபஸ் சித்தரிக்கும் தனி மனித, குடும்ப உறவுகள் சிக்கலானவை. யாசின் என்ற ஒரு கதாபாத்திரத்தை எடுத்துக் கொள்ளலாம். அல் சய்யிதின் முதல் மனைவியின் மகன். வீட்டு வேலைக்காரி, சமையல்காரியைக் காமுற்றுத் தொடர்கிறான். தம்பி காதலித்த அடுத்த வீட்டுப் பெண் மேல் மையல் உறுகிறான். அந்தப் பெண்ணின் தாயோ, அடுத்த வீட்டு அப்பா - மகனான அல் சய்யித் மேலும், யாசின் மேலும் மோகம் கொண்டு உறவில் ஈடுபடுகிறாள். சய்யித் தொடுப்பு வைத்திருந்த ஒரு பெண்ணை யாசின் கல்யாணம் செய்து வீட்டுக்கு அழைத்து வந்து விடுகிறான்.

நகிப் மாஃபஸ் போன நூற்றாண்டு தொடக்கத்தில் எகிப்திய மத்தியதர வர்க்கத்தினர் பண்பாட்டுச் சீரழிவில் அகப்பட்டதைச் சொல்கிறாரா, வேலி தாண்டிய கதை கதையாகக் கதைக்க அவர் கட்டி நிறுத்திய புனைவா அது? இரண்டும்தான் என்பதே சரியான பதிலாக இருக்கக்கூடும்.

குடும்பத் தலைவர் அல் சய்யித் வீட்டிலே விசுவாமித்ரர், வெளியே சதா மகிழ்ச்சியோடு இருக்கும், சுற்றி இருப்பவர்களை சந்தோஷப்படுத்தும் குஷால் பேர்வழி. ராத்திரி நண்பர்களோடு மதுவருந்தி, அங்குமிங்கும் அலைந்து விட்டு வீட்டுக்கு வரும்போது பிரியமும், அன்பும் கசியும் ஆளுமை அவர். மது அருந்துவது மகா

பாவங்களில் ஒன்று என்பதை அவர் மனைவி ஆமினா அறிவாள் தான். ஆனால் அல் சய்யித் அந்தப் பாபம் செய்தால்தான் பெண்டாட்டி பிள்ளைகளிடம் பிரியமாக இருக்கிறார் என்பதால் அவரை அந்த விஷயத்தில் மகாபாவியாகப் பார்க்க அவளுக்குப் பிடிக்கும். அவளுடைய மதம் இது தப்பு என்று சொல்கிறது. அவள் மனம் இன்னும் குடிக்க மாட்டாரா என்று எதிர்பார்க்கச் சொல்கிறது. இது சராசரி இந்திய இல்லத்தரசி மனோபாவமன்றோ. மஹ்பஸ் இங்கே பிறந்திருந்தாலும் கிட்டத்தட்ட இதே போல் நாவல் எழுதியிருக்கக் கூடும்தான்.

அரபு மொழிதான் ஆயிரத்தொரு இரவுகள் என்ற மகத்தான சிறுகதைத் தொகுதியை உலகத்துக்கு அளித்தது. எனினும் நாவல் என்ற இலக்கிய வடிவத்தைத் தனதாக்கிக் கொள்வதில் சற்றுப் பின் தங்கிவிட்டது. பார்க்கும், நினைக்கும் எல்லாம் கதையில் வரவேண்டும் என்ற பதைபதைப்பை முதல் நாவலாசிரியர் மஹ்ஃபஸ் காட்டுகிறார். உதாரணத்துக்கு இந்தப் பத்தி -

ஆமினா அறையிலிருந்து வெளியே போய் சில நிமிடங்களில் கையில் ஒரு கிண்ணமும், சிறு குடமுமாகத் திரும்பினாள். கிண்ணத்தைத் தன் கணவரின் பாதத்திற்கு அருகே வைத்துவிட்டு கையில் குடத்தோடு தயாராக நின்றாள். உட்கார்ந்தபடியே அவள் கணவர் கைகளை நீட்டினார். அவள் அவர் கைகளில் நீர் வார்த்தாள். அவர் தன் முகத்தைக் கழுவிக்கொண்டார். தலையில் நீரைத் தேய்த்துக்கொண்டார். வாயில் நீர் ஊற்றிக் கொப்பளித்தார். சோபா மேல் வைத்திருந்த துவாலையை எடுத்துத் தலையை ஈரம் போகத் துவட்டினார். முகத்தையும் கைகளையும் துடைத்துக்கொண்டார். கணவர் துப்பிய நீர் நிரம்பிய கிண்ணத்தை எடுத்துக்கொண்டு ஆமினா குளியலறைக்குப் போனாள்.

மெல்ல நகரும் மலையாளப் படம் பார்க்கிற மாதிரி நடை. மிட்டாயி தெருவு என மலையாளத்தில் மொழியாக்கமானது. தமிழில்?

★★★

துளுவ அரசி சென்னபைராதேவியின் வரலாற்றை அடிப்படையாக வைத்து 'மிளகு' பெருநாவல் எழுதிய போது அடிக்கடி நினைவில் வந்தவர், சென்னா போல் நீண்ட காலம் இங்கிலாந்து

மகாராணியாக இருந்த, அண்மையில் காலம் சென்ற இரண்டாம் எலிசபெத் மகாராணி.

சென்னாவுக்கோ பொன்னியின் செல்வனுக்கோ கிடைக்காத, நிகழ்ந்ததுமே திரையில் நிகழ்த்தப்படும் நுட்பமும் விரிவும் கொண்ட, புனைவு கலந்த வாழ்க்கைச் சித்திரிப்பு எலிசபெத்துக்குக் கிடைத்தது. நெட்ஃப்ளிக்ஸில் எலிசபெத் மகாராணியின் வரலாறு இதுவரை ஐந்து பருவங்களாக, அவை ஒவ்வொன்றும் பத்து ஒரு மணி நேர எபிசோட்கள் ஆக *(5 seasons, 10 episodes each)* ஒளிபரப்பாகிறது. இன்னும் ஒரு பருவம் பாக்கி இருக்கிறது. மொத்தம் அறுபது மணி நேரம் சாவதானமாக நீட்சி அடைந்து உலகம் முழுவதும் கோடிக்கணக்கான ரசிகர்கள் ஆர்வத்தோடு விரும்பிப் பார்க்கிற வெப் சீரியலாக *The Crown* தி க்ரவுன் எல்லா அர்த்தத்திலும் வரலாறு படைக்கிறது.

கிட்டத்தட்ட எலிசபெத்தின் அறுபதாண்டு மகாராணி வாழ்க்கையைச் சித்திரிக்க நிறைய மெனக்கெட்டிருக்கிறார்கள்.

இது இங்கிலாந்து மகாராணி சரித்திரம் மட்டுமில்லை. இரண்டாம் உலக மகா யுத்தத்துக்கு அப்புறமான பிரிட்டீஷ் அரசைத் தழுவிச் செல்லும் நீண்ட கதையாடல் இது. பீட்டர் மார்கன் எழுதியிருக்கும் திரைக்கதை தெளிவாகவும் சுவாரசியமாகவும் மிளிர்கிறது.

எலிசபெத் சந்தித்து, ஆணையிட்டு, இடைகலந்து பழகிய பிரிட்டீஷ் பிரதம மந்திரிகளின் நீண்ட வரிசையை நோக்கினாலே இந்தப் பிரம்மாண்டம் மனதில் படும். வின்ஸ்டன் சர்ச்சில், ஹெரால்ட் மாக்மில்லன், மார்கரெட் தாட்சர், ஹெரால்ட் வில்சன், ஜான் மேஜர், எட்வர்ட் ஹீத், டேவிட் காமரூன், டோனி ப்ளேர் என்று மாறிமாறி கன்சர்வேடிவ் கட்சியும் தொழில் கட்சியும் நாடாளுமன்றத்துக்கு அனுப்பிய இந்தப் பிரதமர்களில் சிலர் எலிசபெத்தின் தாத்தா வயதானவர்கள். அவர்களில் மகாராணியின் தந்தை வயதானவர்கள், கணவர் வயதானவர்கள், சகோதரி சகோதரர் வயதானவர்கள், மகன் வயது இளைஞர்கள் என்று சகல வயதினரும் இந்தத் தொலைக்காட்சித் தொடரில் பாத்திரப் படைப்பாகிறார்கள். மகாராணி இன்னும் கொஞ்சம் நாள் ஆயுளோடு இருந்திருந்தால் தற்போதைய இந்திய வம்சாவளி பிரிட்டீஷ் பிரதமர் ரிஷி சுனாக்கும் கதாபாத்திரமாகி இருப்பார்.

எலிசபெத் குடும்பத்தில் ஏற்பட்ட பெரும் சலனங்களை, மகாராணியின் மருமகளான டயானாவை, எலிசபெத் கணவர் பிலிப் இளவரசரை, மகன் சார்லஸ் இளவரசரை, சகோதரி மார்கரெட்டை எலிசபெத்தோடு சூழ்ந்து நிறுத்தி நிகழ்கிறது தி க்ரெளன். சர்வதேச அரசியல், பொருளாதார மாற்றங்கள், நாடுகள் சிதறுண்டு போவது புதிதாக எழுவது எலிசபெத் வாழ்க்கைச் சித்தரிப்பின் விளிம்புகளிலிருந்து காட்சிப்படுத்தப்படுகின்றன. உலகப் பொருளாதாரத் தலைமையை அமெரிக்கா ஏற்க, பிரிட்டீஷ் பொருளாதாரம் அதல பாதாளம் தொட்டு, ராணி எதுக்கு நமக்கு, தண்டச் செலவு என்று பிரிட்டீஷ் பிரஜைகள் அங்கலாய்ப்பதும் கடந்துபோகிற காட்சிகளாகின்றன.

பெரும் வரலாற்றோடு குறுஞ் சரித்திரமும் கதையாகிறபோது பார்க்க சுவாரசியமாக இருக்கிறது. 1952 டிசம்பரில் ஐந்து நாட்கள் லண்டன் மாநகரம் மாபெரும் மூடுபனிப் படலத்தால் சூழப்பட்டு சகல விதமான இயக்கமும் நின்றுபோனது. இரண்டாம் முறை பிரதமாராக வந்த வின்ஸ்டன் சர்ச்சில், 'மூடுபனி எல்லாம் கடவுளின் விளையாட்டு, பெருமழை மாதிரி. ஒன்றும் செய்ய முடியாது. தானே அது நீங்கும்வரை பொறுத்துக்கொள்ள வேண்டியதுதான்' என்று சொல்லிவிட்டார். எதிர்க்கட்சிகள் மட்டுமில்லை, எலிசபெத் மகாராணியும் உறையூர் சுருட்டுப் பிடிக்கும் அந்தக் கிழவனாரின் பிடிவாதத்தால் எரிச்சலடைகிறார்கள். கிட்டத்தட்ட சர்ச்சிலைப் பதவி விலகச் சொல்லும் இக்கட்டான நிலைக்குத் துரத்தப்படுகிறார் எலிசபெத். ஆனால் முதியோரின் தெய்வம் உண்டே, ஐந்தாம் நாள் பனி, சர்ச்சில் சொன்ன மாதிரி தானே விலகி பிரகாசமான சூர்யோதயம்!

இன்னொரு micro history நிகழ்வு. மார்கரெட் தாட்சர் பிரதமரானதும் எலிசபெத் மகாராணியும் அரச குடும்பமும் அவர்கள் வார இறுதி ஓய்வு எடுக்கும் ஸ்காட்லாண்ட் பல்மோரல் கோட்டைக்கு அவரை அழைத்து ராகிங் செய்கிறார்கள். காலியாகக் கிடந்த நாற்காலியில் தாட்சர் உட்கார்ந்ததும், எலிசபெத் ராணியின் சகோதரி மார்கரெட் "என்ன தைரியம் இருந்தால் விக்டோரியா மகாராணி உட்கார்ந்த நாற்காலியில் உட்காருவீங்க? நாங்களே அதிலே உட்கார மாட்டோம். அவ்வளவு மரியாதைக்குரிய மர நாற்காலி இது. உட்கார்ற முன் யார் கிட்டேயும் கேட்க மாட்டீங்களா" என்று நாட்டின் பிரதமரைத் திட்டித் தீர்க்கிறது

அவசியம் பார்க்க வேண்டியது.

இளம் வயது எலிசபெத், நடுவயதில் அவர், மற்றும் முதுபெண்ணாக எலிசபெத் என்று அந்தந்தக் காலகட்டத்துக்கு ஏற்ப, மூன்று நடிகையர் எலிசபெத்தாக நடிப்பது புதுமைதான். மகாராணி மட்டுமில்லை, அவர் குடும்பத்து முக்கிய உறுப்பினர்களும் காலகட்டத்தைப் பொறுத்து வெவ்வேறு நடிக நடிகையரால் நடிப்பிக்கப்படுவது சிறப்பு.

எலிசபெத் மகாராணியாக நடிக்கும் க்ளையர் ஃபய், ஒலிவிய கால்மன், இமல்டா ஸ்டண்டன் மூன்று பேரும் அற்புதமான நடிகையர் என்றாலும், முதிய எலிசபெத் இமல்டா ஒரு மாற்று அதிகம் நல்ல நடிப்பு. வின்ஸ்டன் சர்ச்சிலாக வரும் அமெரிக்க நடிகர் ஜான் லித்கவ், மார்கரெட் தாட்சராகத் தோன்றும் ஜில்லியன் ஆண்டர்சன் ஆகியோர் குறிப்பிட்டுச் சொல்ல வேண்டியவர்கள்.

இவர்களோடு பிரகாசிக்கும் இன்னொருத்தர் பக்கிங்ஹாம் அரண்மனையின் கட்டுக்காவலை எல்லாம் மீறிச் சுவரேறிக் குதித்து உள்ளே நுழைந்து, எலிசபெத் மகாராணியின் படுக்கை அறையில் புகுந்து, அவர் விழித்தெழும்போது கட்டிலுக்கு அருகே இருந்து, 'மார்கரெட் தாட்சர் ஆட்சியில் விலைவாசி ஏறிடுச்சு, அரசாங்கம் ஏழைபாழை பக்கம் இல்லை' என்று நடுராத்திரி ராஜ உரையாடலில் ஈடுபட்ட *Michael Fagan* மைக்கேல் ஃபேகன் என்ற சாமானிய பிரிட்டீஷ் குடிமகனாக வரும் நடிகர் பெயரை எப்படி மறந்தேன்!

★★★

தமிழ், மலையாளம், இங்கிலீஷ் என்று மூன்று மொழியிலும் சரளமாக எழுதக்கூடிய எழுத்தாளர்கள் அபூர்வமாகவே தென்படுகின்றனர். அநேகமாக இல்லை என்றே சொல்லலாம், நீல.பத்மநாபனை தவிர்த்து.

கவிஞர்கள் சிறுகதை எழுதச் சொன்னால் சிரமப்படுவதும், அல்புனைவு என்ற புனைவற்ற எழுத்து நெய்வதில் ஜாம்பவான்கள் கவிதை எழுதக் கேட்டுக்கொண்டால், எவ்வளவு சீக்கிரம் முடியுமோ அவ்வளவு சீக்கிரம் இடத்தைக் காலி செய்வதும் நடக்கக் கூடியதே. (எல்லோரும் நாவல் எழுதுவது இன்னொரு கட்டுரைக்கான சமாசாரம்).

கவிதை, கட்டுரை, சிறுகதை, நாவல், நாடகம் எனப் பல எழுத்து வகைகளைக் கையாளும் எழுத்தாளர்கள் சிலரே, நீல.பத்மநாபன் போல.

இங்க்லீஷில் தமிழ் இலக்கிய அறிமுகக் கட்டுரை எழுதி, அதன் தொடர்ச்சியாக உறுத்தாமல், *seamless* ஆக மலையாளத்தில் கவிதை எழுதி, அது நிறைவடையும் இடத்தில் நீட்சியாகத் தமிழ் நாவலைக் கால்கோள் செய்து சகஜமாக மொழி, இலக்கிய வகை சார்ந்த மடைமாற்று எழுத்து, நீல பத்மநாபனுக்கு உரியது.

மறைந்த மலையாளக் கவிஞர் மற்றும் இலக்கிய விமர்சகர் டாக்டர் அய்யப்ப பணிக்கர் 'ரௌத்ரம் இந்தக் கதைத் தொகுதிக்கு வாசகர்களை வயப்படுத்துகிறது. பயமும் கோபமும் தாபமும் இந்தக் கதைகளில் மாறி மாறிக் காவடியாடுகின்றன. சமயத்தில் ஒன்றுபட்டும்' என்று குறிப்பிட்ட ஒரு மெலிந்த மலையாளச் சிறுகதைத் தொகுப்பு 'பிரளயம்'. நீல பத்மநாபன் எழுதிய குறுநாவல், சிறுகதைகள்.

மலைப்பகுதியில் சிறுநதி. நீர்ப் பெருக்கு சட்டென்று அதிகமாக, நண்பன் வெள்ளத்தில் சிக்கிக் கொள்கிறான். கதை சொல்லிக்கு அவன் மேல் பிரியமும், அதைவிடப் பொறாமையும் உண்டு. என்றாலும் நண்பனை வெள்ளப் பெருக்கிலிருந்து காக்கிறான். தமிழில் வந்த நீல.ப சிறுகதைதான். மலையாளத்திற்கு அவரே மொழிபெயர்த்தது அந்த வெள்ளத்துக்கு மலையாளத் தனித்தன்மை தருகிறது. இப்படி

களகளாரவம் முழக்கி பதஞ்ஞொடுன்ன செறிய புழ. கரயில் தலயாட்டி நில்குன்ன கேரவ்ருக்ஷங்கள். பரன்னு கிடக்குன்ன பாடங்கள். கரையில் நின்னு ஒழுகுன்ன வெள்ளத்திலேக்கு சரிஞ்சிறங்குன்ன பாறயில் ரெண்டு மூன்னு படிகள் செறுதாயி செதுக்கியிட்டுண்டு.

லக்ஷக்கணக்கினு மின்னாமினுங்குகள் தன்றெ கண்ணினகத்து பிரவேசிச்சு பாறிப்பறக்குன்னது போலெ. செவிக்ககத்து சப்தகோலாகலம். ஸ்வஸிக்கான் பற்றாதெ மூக்கிலும் வாயிலும் கூடி அகத்து கடக்குன்ன வெள்ளம். தான் ஒரு ஜடவஸ்துவாகுன்னது போலெ.

7அ. ஆப்பிரிக்க அலமேலு

கருப்பர் இனம், ப்ரஸீலிய காஃபிக் கலர் இனம், மஞ்சள் சீனர் இனம் என வேறுவேறு இன புனைகதை எழுத்தாளர்களின் வாழ்க்கை வரலாறு அடிப்படையிலான புதினங்கள் ஏதும் சோடை போனதில்லை.

இவற்றின் பொதுவான கதையாடலை சிக்கலெடுத்துப் பார்த்தால் நேர்கோடாக இப்படி வரலாம் - மறு நாட்டில் பொருள் தேடிக் குடியேறிய கதை சொல்லி பங்கு பெற்ற நிகழ்வுகளாகக் கதை முன்னேறி, ஒரு கட்டத்தில் வாழ்க்கை குறித்த தரிசனம் கிடைத்து போதும் இது என்று சொந்த பூமிக்குத் திரும்பப் புறப்படுவதோடு கதை முடியும்.

சிமாமண்டா-வின் நாவல் அமெரிக்கானா இந்த இடத்தில் தொடங்குகிறது.

சிமாமண்டா எங்கோஸி அடிசெ, கருப்பர் இன உரிமைப் போராளி, வெகுவாக வாசிக்கப்படும் ஆங்கில எழுத்தாளர், பிரபல பெண் எழுத்தாளர், 'எல்லோரும் ஃபெமினிஸ்ட் ஆகணும்' என்று முழக்கமிடும் பெண்ணியவாதி, மனித உரிமைப் போராளி என்று மாய மேலங்கிகள் அணிந்து ஸ்வயம் தொலைந்த கால-இட வெளியில் *space time continuum* சத்தியம் தேடும் சக மனுஷி என்பது பொருள் மற்றும் விஷய கனமான இந்த நாவலில் வெளியாகிறது.

நைஜீரியாவிலிருந்து அமெரிக்காவில் குடியேறி கல்லூரிப் படிப்பை நிறைவு செய்யும் இஃபமேலு என்ற இளம்பெண்தான் அமெரிக்கானா நாவலின் உயிர்ப்பிடிப்பான கதை சொல்லி. நான், எனது என்று தன்மை ஒருமையில் நாவல் எந்தத் தடங்கலுமின்றி நகர்கிறது.

இப்படித் தன் கதை சொல்வதான மாயப் புனைவு இழைகளை ஊடும் பாவுமாகச் சேர்த்து நெய்யும்போது பாத்திரப் படைப்பு சகல கல்யாண குணங்களோடுமுள்ளதாகத் திகழ வேண்டியதில்லை. சூப்பர் மார்க்கெட் வரிசையில் பின்னால் நின்று தேகம் பருத்த கதை சொல்லியை உடல் விமர்சனம் செய்கிற யாரோ, ரயிலில் பக்கத்தில் உட்கார்ந்து கையில் வடிய விட்டுக்கொண்டு ஐஸ் க்ரீம் சாப்பிடும் அந்நியன், விமானத்தில் அடுத்த இருக்கையில் அமர்ந்து கருப்புக் குழந்தையை தத்து எடுக்கும் வெள்ளை அமெரிக்கன் பற்றிப் பேசுகிற கம்பெனி மானேஜர் இப்படி கண்ணில் படும், ஒரு நிமிட பேச்சு நடத்திப் போகும் பலரும் நாவல் கதாபாத்திரங்களாக மின்னி மறைகிறார்கள். அந்த கம்பெனி மேனேஜர் உண்மையாகவே கருப்பினக் குழந்தையைத் தத்தெடுத்தவர் என்று பின்னால் வரும்.

இவர்களில் சிலர் நீண்ட காலம் சென்று மறுபடி இஃபமேலு வாழ்க்கையில் குறுக்கிடும் சுவாரசியமும் கொண்ட கதையாடல் அமெரிக்கானா நிகழ்த்திப்போவது.

தன்மை ஒருமையில் எழுதப்பட்ட ஆதிகதை எது என்று தெரியவில்லை. அந்தக் கதைசொல்லி எழுத்தாளன் தான் என்று பரவலாக நம்பிய ஆதிவாசகன் இன்னும் பல பிரதிகளாக உயிர்த்திருக்கிறான்.

‘நான் இஃபமேலு இல்லை. அவளாக இருந்திருந்தால் என் வாழ்க்கை சுவாரசியமாக இருந்திருக்கும்’ என்று சிமாமண்டா விவரம் சொன்னாலும் விளக்கம் கேட்கிறவர்கள் கேட்டபடிதான் இருக்கிறார்கள். எழுத்தாளர் விரல் சுண்டி நாவலில் வரும் இன்னொரு கதாபாத்திரத்தைக் காட்டிச் சொல்கிறார் ‘இந்த பாய் ஃப்ரண்ட் தான் நான். நான் பெண் அவன் ஆண் என்றாலும் அது அப்படித்தான்.’

பாய் ஃப்ரண்ட்டுக்குப் பஞ்சம் இல்லாத கதை இது. பதின்ம வயதில் சிநேகிதனும் உடலுறவும் கிடைக்கும் இஃபமேலு அதற்கு

அப்புறம் எத்தனையோ பேரோடு உறவு கொள்கிறாள். அவர்கள் மூலம் கிட்டும் நிதர்சனம் கருப்பினம் என்பது ஒற்றை இனப் பகுப்பு இல்லை. அமெரிக்கக் கருப்பர்கள் மற்ற நாட்டு, பிரதேசக் கருப்பர்களை விட சமூகரீதியில் மேம்பட்டவர்கள். பிரஞ்சு பேசுகிற நைஜீரியக் கருப்பர்கள், கரிபியன் கருப்பர்கள், இதர ஆப்பிரிக்கக் கருப்பர்கள் என்று *colour gradation* மற்றும் மொழி, சமூகம், நாட்டு அடிப்படையில் வேறுபடும் கருப்பர்கள் உண்டு. *It would be an interesting exercise to profile all of them.*

நைஜீரியப் பெருநகர் லாகோஸிலிருந்து இங்கிலாந்து வழியாக அமெரிக்கா வந்து, நடுத்தர வர்க்க தம்பதியர் இல்லங்களில் குழந்தை பார்த்துக்கொண்டு வரும் வருமானம் குறைவுதான் எனினும் மிச்சம் பிடித்து நைஜீரியாவில் அம்மா அப்பாவுக்கு மாதாமாதம் அனுப்பி வைக்க இஃபமேலுவுக்கு முடிகிறது.

இதனிடையே இஃபமேலு இன்டர்நெட்டில் ஏற்படுத்திய ப்ளாக் ஏகப் பிரசித்தி அடைகிறது. அதன் மூலம் வருமானமும் உயர்கிறது. ஒரு அமெரிக்க வெள்ளையர் மூன்று வருட சிநேகிதனாகக் கிட்ட, கல்யாணமின்றிக் கூடி வாழ்கிறார்கள் இருவரும்.

அவனுக்கு இன்னொரு வெளுத்த அமெரிக்கப் பெண் சிநேகிதம் கிட்டுகிறது. இஃபமேலுவுக்கு அது தெரிய வர, வெறுத்துப்போய் நைஜீரியா திரும்புகிறாள். அவளுடைய முதல் பதின்ம வயது சிநேகிதன் தன் குடும்பத்தைப் புறக்கணித்து இஃபமேலுவுக்கு மறுபடி சிநேகிதனாக, அடுத்த கூடியிருந்து வாழ்தல் தொடங்குகிறது. அமெரிக்கானா கதை நடக்கும் பாதை இது.

கேமிரா பார்வையும், *staccoto* சொல்லாடலுமாக நாவல் முன்னால் போகிறது. பெண்களுக்கு முடி சீர் செய்யும் சலூனுக்கு இஃபமேலு ஒரு வெப்பமான பகல் நேரத்தில் டாக்சியில் போய்க் கொண்டிருக்கிறாள். டாக்சி ட்ரைவர் ஒரு மத்திய வயது நைஜீரியர். அவர் பெயர், வாழ்க்கை பற்றிய அவரது கண்ணோட்டம், இஃபமேலுவோடு அவர் நைஜீரியா பற்றிப் பகிர்ந்துகொண்டது என்று நகரும் டாக்சி, முடி திருத்தகம் வந்து நிற்கிறது.

அது அழுக்கான புறநகர்ப் பகுதியில் இருக்கும் திருத்தகம். வெள்ளைக்கார பெண்கள் தப்பித் தவறிக்கூட உள்ளே நுழைய மாட்டார்கள். அப்படியே புகுந்தாலும் ஆயிஷா சலூன், ஆமினா

சலூன் போன்ற பெயர்கள் அவர்களைத் திருப்பியனுப்பிவிடும்.

உள்ளே இரண்டு பெண்களுக்கு முடி திருத்தப்பட்டுக் கொண்டிருக்கிறது. சுவர் ஓரம் பழைய டெலிவிஷனில் ஏதோ ஒரு நைஜீரியத் திரைப்படம் கரகரவென்று ஒலி, ஒளி தகராறாக ஓடிக்கொண்டிருக்கிறது. படத்தில் கதாநாயகன் மனைவியை அடிக்கிறான். சுவரை ஒட்டி பழைய சோபாவில் முடிதிருத்தும் பெண்ணின் குழந்தை உறங்கிக் கொண்டிருக்கிறது. அவள் டிவி சினிமாவில் ஒரு கண்ணும், உறங்கும் குழந்தை மேல் மற்றதுமாக வாடிக்கையாளர் முடியை சீராக்கிக்கொண்டிருக்கிறாள். ஜன்னலை ஒட்டி தூசி அடைந்து ரிப்பேர் ஆகி ஒரு ஏர் கண்டிஷனர் தட்டுப்படுகிறது. நேர்கீழே ஹேர் ட்ரையர் கிடக்கிறது. அதுவும் பழுதாகிக் கிடக்கிறது. கடை உரிமையாளினி என்று தோன்றும் மத்திய வயதுப் பெண்ணிடம் இஃபமேலு, 'முடியைப் பின்னல் போடணும்' என்கிறாள்.

நாவல் முழுக்க இந்தக் கதையாடலின் மூலம் வாசகரைக் கட்டிப் போடுகிறார் சிமமண்டா. இஃபமேலு கதை முன்னேற முன்னேற, நம்ம அலமேலு போல் அவள் நமக்கு நெருக்கமாகிறாள். அவள் நைஜீரியாவில் இருந்து மறுபடி அமெரிக்கா திரும்புவாள் என்று ஏனோ எனக்குத் தோன்றிக்கொண்டிருக்கிறது.

★★★

நெட்ஃப்ளிக்ஸில் 'கருப்புக் கண்ணாடி' *Black Mirror* திரும்ப வந்து விட்டதை மகிழ்ச்சியோடு கவனிக்கும் பலரில் நானும் ஒருவன். சுவாரசியத்துக்குக் குறைவில்லாத எபிசோடுகள். அதில் ஒன்று *Demon 79*.

லண்டன் பல்பொருள் அங்காடியில் விற்பனையாளினி நீட்டா ரொம்ப அடக்கமான, அழகான, சகலத்துக்கும் பயப்படும் கன்னி. இந்திய வம்சாவளிப் பெண். கடைக்கு வரும் வாடிக்கையாளர்களுக்கெல்லாம் செயற்கையாகப் புன்னகை பூத்து, ஊரறிந்த காமவெறிக் கொலைகாரனுக்கு காலைப் பிடித்து செருப்பு மாட்டி உத்தியோகம் பார்க்கிறவள். பிளாஸ்டிக் டப்பாவில் பிரியாணி கொண்டு வந்து மதிய இடைவேளையில் தனியாக உட்கார்ந்து சாப்பிடும்போது சக ஊழியர்கள் கடை முழுக்க மோசமான பிரியாணி வாடை அடிக்கிறது என்று கடை முதலாளியிடம் புகார் செய்கிறார்கள். கடைக்கு உள்ளே

நிலவறையில் உட்கார்ந்து பகல் உணவு சாப்பிடச் சொல்கிறார் கடை உரிமையாளர்.

எஸ் சார் என்று அடக்கமாகத் தலையசைத்து நிலவறையில் பகல் உணவு சாப்பிடும் நீடா அங்கே பழைய மேஜைக்குள் ஒரு தாயத்தைப் பார்க்கிறாள். அதை எடுக்க, உள்ளே இருந்து ஒரு பூதம் வெளியாகிறது. கார்ப் என்ற அந்த பூதம் இன்னும் பயிற்சி எடுக்கும் ஒன்று *demon in training.*

உலகம் அழியப்போகிறது. அது நடக்காமல் தடுக்க நீடா, யாரென்று இல்லாமல் இந்த வார இறுதியில் வரும் மே தினத்துக்கு முன்னால் மூன்று பேரைக் கொலை செய்ய வேண்டும் என்று கார்ப் எனும் அந்தப் பூதம் நீடாவை வலியுறுத்துகிறது.

பயந்தாங்கொள்ளி நீடா பயப்படாத கொல்லி ஆகி இரண்டு பேரைக் கொலை செய்கிறாள். மூன்றாவருக்குப் பட்டியல் தயாரிக்கிறார்கள் நீடாவும் பூதமும். ஆளுங்கட்சியான கன்சர்வேடிவ் கட்சிப் பிரமுகரும், இந்தியத் துணைக்கண்ட வந்தேறிகள் மேல் குரோதம் கொண்டவருமான மைக்கேலும் பட்டியலில் உண்டு.

மூன்றாவது கொலை செய்யப் போகும்போது அது தவறிப் போகிறது. நீடா காவல் நிலையம் போகிறாள். உலகம் அழிவதைத் தடுக்கவே தான் கொலை செய்ததாகவும் பாக்கி ஒன்று உண்டு என்றும் அவள் சொல்ல மரைகழண்ட கேஸ் என்று முடிவு செய்கிறார்கள்.

இவங்களைத் திருத்தவே முடியாது என்று கார்ப்-பூதம் நீடா கையைப் பற்றியபடி நடந்துபோக, அந்த அகால நேரத்தில் சகலமான அணு ஆயுதங்களும் இயக்கிச் செலுத்தப்பட்டு உலக அழிவு தொடங்குகிறது.

ஆர்தர் சி கிளார்க்கின் 'கடவுளின் ஒன்பது பில்லியன் பெயர்கள்' அறிவியல் புனைகதை *SF* முடிவு நினைவு வரும், கொஞ்சம் போல்.

நீடாவாக சிங்கப்பூர் தமிழ்ப் பெண் கலைஞர் அஞ்சனா வாசன் அருமையாக நடித்து அசத்தி இருக்கிறார். சென்னையில் பிறந்த தமிழ்ப் பெண் அவர். லண்டனில் வசிக்கும் நாடகக் கலைஞர். மேடை நாடக நடிப்புக்காக சர் லாரன்ஸ் ஒலிவியர் விருது பெற்ற நடிகை. இசைக் கலைஞரும் கூட. கோடம்பாக்கமும், சின்னத் திரை சீரியல்காரர்களும் இன்னும் அவரைக் கண்டுபிடிக்கவில்லையா?

8. பிள்ளைக்குப் பூச்சி

மௌனத் திரைப்படத்தின் பீஷ்ம பிதாமகர் அல்லது முன்னத்தி ஏரான செர்ஜி ஐஸென்ஸ்டின் பெயர் சொன்னதும் அவரது திரைக் காவியமான போர்க்கப்பல் பொடம்கின் *Battleship Potemkin* படம்தான் சினிமா ஆர்வலர்களுக்கு உடனடியாக நினைவுக்கு வரும். கொஞ்சம் யோசித்து கெ விவா மெக்ஸிகோ என்ற அவரது முழுமையடையாத திரைப்படத்தின் பெயரை நினைவுகூர்வது இயல்பு. இருபதாம் நூற்றாண்டின் இரண்டாவது பத்தாண்டுகளில் தொடர்ந்து சாதனை நிகழ்த்த இயலாமல் செர்ஜி இறந்து பட்டார். இன்றைக்கும் ஓடசா ஸ்டெப்ஸ் *(Odessa Steps)* என்ற பெயரில் அறியப்படும் பேட்டில்ஷிப் பொடம்கின் படக் காட்சி பார்வையாளர்களைச் செயல் மறந்து பார்க்க வைக்கக் கூடியது. அதே போல் எடுத்த வரைக்குமான கெ விவா மெக்ஸிகோ மௌனப் படம் அதன் அற்புதமான திரையாக்கத்துக்காகக் காணவேண்டியது.

செர்ஜி ஐஸென்ஸ்டினின் படம் பற்றி இன்னொரு சந்தர்ப்பத்தில் விரிவாக அலசலாம். இப்போது அதே பெயரில் அண்மையில் வெளியான கெ விவா மெக்ஸிகோ என்னும் புது அலைத் திரைப்படம் பற்றிக் கொஞ்சம் பேசலாம். உரக்கப் பேசும் படம் இது. அங்கதமும், தொட்டதற்கெல்லாம் ஸ்பானிஷ் எக்காளமும், சீராக ஒலிக்கும் முரசும் கூடவே நாட்டியமுமாக நகரும் கதையோட்டம்.

கிராமப்புற இளைஞனாக, சாமானியனாக நகரம் வந்து வாழ்க்கைத் தரத்தில் வெகு வேகமாக முன்னேறியவன் பாஞ்சோ. அழகான மனைவி, மகள், சகல வாழ்க்கை வசதிகள் என்று பெரிய பங்களாவில் ஆடம்பர வாழ்வு வாழ்கிறான். அவன் மிகப் பெரிய பதவி வகிக்கும் தொழிற்சாலை உடைமையாளர், பாஞ்சோ மேல் ஏகப்பட்ட நம்பிக்கை வைத்திருக்கிறார். வாயைத் திறந்தால் கெட்டவார்த்தை மழை பொழிகிற இந்த ஆசாமியை, மாதம் பிறந்தால் அள்ளிக் கொடுக்கிற சம்பளத்துக்காகப் பொறுத்துக் கொள்கிறான் பாஞ்சோ. உடைமையாளர் நஷ்டக் கணக்கு காட்டி ஏகப்பட்ட தொழிலாளர்களை வீட்டுக்கு அனுப்ப பாஞ்சோவிடம் உத்தரவிடுகிறார். கடுமையாக ஆட்சேபித்துத் தொழிற்சங்கத்தினர் போராட்டத்தில் இறங்குவார்களே என்று பாஞ்சோ சொல்ல, 'பொதுவுடைமைவாதிகளை எனக்கு வாய்வழி உபசாரம் செய்யச் சொல்லு' என்கிறார் அவர் அலட்சியமாக. ஆட்குறைப்பு செய்யும் பொறுப்பு பாஞ்சோ தலையில். செய்யாவிட்டால் அவன் உத்தியோகம் தொலைந்துவிடும். சகல டென்ஷனோடும் நாள் நகர்த்தி விடிந்து அடுத்த நாள் அது தொடர ஆபீஸ் போகிறான் பாஞ்சோ.

பாஞ்சோவின் அப்பா சொந்த ஊரிலிருந்து அவனுக்கு அவசரமாக தொலைபேசுகிறார். தாத்தா செத்துப் போயிட்டார் என்று தகவல் சொல்வதோடு அவனை உடனடியாக ஊருக்கு வரச் சொல்கிறார். அந்த ஊருக்கு அண்மையில் கட்டித் தங்கம் வெட்டியெடுக்கக் கிடைக்கிறது என்று பரவலான நம்பிக்கை இருக்கிறது. தாத்தாவும் சிறுவனாக பாஞ்சோவும் இருபது வருடம் முன்பு மற்ற ஊர்க்காரர்கள் போல் அங்கே அவ்வப்போது தங்கம் தேடி மண்வெட்டியோடு கிளம்பியிருக்கிறார்கள். 'தாத்தா பாடுபட்டதெல்லாம் பயனில்லாமல் போகவில்லை. அவருக்குப் பிரியமான பேரன் நீ. ஊருக்கு வா. நேரில் பேசலாம்' என்று அப்பா அழைக்க பாஞ்சோ குடும்பத்தோடு ஊரைப் பார்க்கக் கிளம்புகிறான். அங்கே அவனுக்கு தாத்தா பழைய பீரோவில் பதுக்கி வைத்த தங்கம் கிடைக்கிறது. பாஞ்சோவுக்கு பொன் கிடைத்த செய்தி கிடைத்து அவன் அப்பா, அம்மா, பாட்டி தொடங்கி நெருங்கிய உறவினர் முதல் அண்டை அயல், தூரத்துச் சொந்தம் வரை தங்கத்தில் பங்கு கிடைக்க மும்முரமாக முயல்கிறார்கள். சகோதரன் சம்சாரம் வலிய வந்து அவனோடு

உறவு வைத்துக்கொள்கிறாள். உள்ளூர் போலீஸ் உத்தியோகஸ்தனும் சொந்தக்காரனுமான ஒருத்தன் விஷயம் தெரிந்து அதிகாரமாக தனக்கும் தங்கம் கேட்டு, பாஞ்சோவைச் சிறையில் தள்ளுகிறான். மூன்று நாள் விடுமுறையில் ஊருக்கு வந்தவன் அதிகநாள் தங்கியதால் உத்தியோகம் போகிறது பாஞ்சோவுக்கு. தங்கமும் கிடைக்காமல் வேலையும் போய் பாஞ்சோ அதே தொழிலகத்தில் துப்புரவுப் பணியாளன் ஆகிறான். கதை முடிகிறது.

தாத்தா மூலம் பொன்னும், கூடவே பிரச்னையும் கிளம்பியதால் வெறுத்துப் போய் தாத்தா சமாதியில் பாஞ்சோ மலம் கழிக்கிற குமட்டல் காட்சி, விஸ்தாரமான கலவி என படத்தில் அங்கங்கே ஸ்பானிஷ் இசையோடும் நடனத்தோடும் வந்து போகிறது.

ஊருக்குக் குடும்பத்தோடு காரில் வரும் பாஞ்சோவை கொள்ளையர்கள் வழிப்பறி செய்கிறார்கள். வாட்ச், செயின், பெண்டாட்டியின் நகைகள் என்று கேட்டுக் கேட்டுப் பிடுங்கிக் கொள்கிற கொள்ளையர் தலைவன், பாஞ்சோ அருகே வந்து உற்றுப் பார்க்கிறான். “ஏண்டா, நீ என்னோடு கூட எலிமென்டரி ஸ்கூல்லே ஒண்ணாப் படிச்சியே, நினைவு இருக்கா?” என்று பழைய நினைவு கிளர்த்துகிறான். பால்ய சிநேகிதர்கள் அந்தக் கால நினைப்பில் மூழ்கி இருக்க, “எல்லாத்தையும் பத்திரமாக எடுத்துப் போடா” என்று பாஞ்சோ தன் நண்பனுக்கு சகலமானதையும் அளிக்க முன்வர, “சே சே அது சரியில்லே. என் தோஸ்த் நீ. உன் கிட்டே வழிப்பறி செய்யக்கூடாது. இந்தா எல்லாத்தையும் திருப்ப வாங்கிட்டுப் போ” என்று கொள்ளைக்காரன் பெரிய மனதோடு தருகிறான். இப்படி ஒரு கொள்ளைக் காட்சியை நான் இதுவரை பார்த்தது இல்லை.

மெக்ஸிகோ அரசை விமர்சிக்கும், இந்த வருடம் (2023) வெளிவந்த திரைப்படம் இது. இயக்குனர் பிரபலமானவர் லூயிஸ் எஸ்ட்ராடா.

செர்ஜி ஐஸென்ஸ்டின் தன் ’கெ விவா மெக்ஸிகோ’ மௌனப் படத்தை முடித்துப் போயிருக்கலாம்.

முத்து மீனாட்சி என்றதொரு நாவல் படித்தேன். 1903-ஆம் ஆண்டு வெளியானது. எழுதியவர் அ.மாதவய்யர். இவர் அடுத்தடுத்து எழுதிய நாவல்கள் அ.மாதவையா என்ற பெயரில் வெளி வந்தது குறிப்பிட வேண்டியது.

மகனுக்குக் கல்யாணம் செய்விக்க பெண் வீட்டுக்குப் போகிறார் ஒரு நடுவயதுக்காரர். மனைவியை இழந்தவர் அவர். பெண்ணுக்குக் கல்யாணப் பரிசாக ஏற்கெனவே சம்மதித்த தொகையை அளிக்கப் போகிறார். அப்போது பெண் வீட்டுக்காரர்கள் அந்தத் தொகைக்கு மேலதிகமாகக் கொடுத்து நடுவயதுக்காரருக்கே பெண்ணை கல்யாணம் செய்துதர சம்மதிக்கின்றனர். மகனுக்கு மனைவி கொண்டு வரப் போனவர் அவனுக்குப் புது அம்மாவோடு திரும்புகிறார்.

குழந்தைப் பருவத்தில் வயோதிகனோடு கல்யாணம் ஆகி அவன் இறந்துபோக, தலை மொட்டையடித்து புகுந்த இடத்தில் சதா வேலை பார்க்கிற யந்திரமாகக் கஷ்டப்படும் பெண்ணின் கதை இது. வேறு கதைகள் இப்படி ஒரே மாதிரி தடம் பதித்துப் போனது உண்டு. விதவைப் பெண்ணுக்கு மறுவிவாகம் செய்ய முற்படுவதும் மற்ற சில புதினங்களில் வருவதுண்டு. எனில் அந்த இரண்டாம் கணவனாகப் போகிறவன் அவளை 'அடி பெண்டாட்டி' என்று அழைத்துக்கொண்டு அவளது மொட்டைத் தலையில் திரும்பவும் தலைமுடி வளரக் காத்திருப்பதைச் சொல்லிப் புன்னகை வரவழைக்கும் நாவல் இது.

விதவைகளை மட்டுமில்லை, பிள்ளைப்பேறு இல்லாத பெண்களையும் துச்சமாக மதித்த பூமி இது. முத்து மீனாக்ஷி நாவலில் கதைசொல்லி முத்தம்மாள் கூற்றாக மாதவையர் சொல்கிறார்

குழந்தை பிறக்க ஒன்றும் பயன்படாமையைக் கண்டு, என் மாமி, என்னைப் பிள்ளைப் பூச்சியை விழுங்கச் சொன்னாள்.

சேற்றிற் கிடக்கும் பூச்சியொன்று. மிகவும் சங்கியமானது. பயங்கரமானது. அதைக் காணவே நான் பதறுவேன். அதை உயிரோடு விழுங்குவதெப்படி?

ஒரு கனிந்த வாழைப் பழத் துண்டத்துக்குள் ஒரு பூச்சியை வைத்து என்னை விழுங்கச் சொன்னாள். அதைக் கையில் வாங்கவும் நான் பதறியதால் அவளே அதை என் வாயில் போட்டாள்.

மூன்று முறை குமட்டி வாந்தி செய்துவிட்டேன். கண்விழி பிதுங்கிவிட்டது. எப்படியானால் என்ன ? என் மாமியா விட்டுக் கொடுப்பவள்?

கடைசியில் அவள் திட்டுக்கும் அதட்டுக்கும் அஞ்சி, எவ்வண்ணமோ ஒரு பூச்சியை விழுங்கினேன். அன்று முழுவதும் மனங் குமட்டி. ஒவ்வொரு நிமிஷமும் வாந்தியாகிவிடும் போலிருந்தது. என் மாமி அதட்டிக் கொண்டே இருந்தாள். இப்படி நாலைந்து பூச்சிகளை விழுங்கியும் ஒன்றும் பயன்படவில்லை.

பெண்களை இப்படி எல்லாம் வதைத்தவர்கள் பெண்களே என்பதை நினைத்தால் துக்கமாக அல்லவோ இருக்கிறது.

★★★

ஆகஸ்ட் 2023 முதல் வாரத்தில் போபாலில் நடைபெற்ற உன்மேஷ் 2023 நான்கு நாள் இலக்கியத் திருவிழாவில் பேச வாய்ப்பு கிடைத்தது. கலாசார அமைச்சகமும் சாகித்ய அகாதமியும் ஏற்பாடு செய்திருந்த விழா இது. 22 ஆட்சிமொழிகள், மற்றும் பத்துக்கு மேற்பட்ட பழங்குடி மொழிகளில் பேசும், எழுதும், கலையும் இலக்கியமும் செழிக்கச் செய்யும் இந்திய மொழிக் குடும்பத்தின் எழுத்தாளர்களும் கலைஞர்களும் கலந்துகொண்ட கொண்டாட்டம் இது.

நான் கற்பனை வடிவாக்கம், அறிவியல் புனைகதை பற்றிய கலந்துரையாடலில் *(fantasy and science fiction)* பத்து நிமிடம் *fantasy* பற்றி என் இரண்டு பைசா மதிப்பான கருத்துப் பகிர்ந்து கொண்டேன். செயற்கை அறிவியலும் அறிவியல் புதினமும் குறித்துப் பேச உத்தேசம். *(Artificial Intelligence and Science Fiction)*. சிலப்பதிகாரத்தில் வரும் இடாகினிப் பேய் பற்றிச் சொல்லும்போது துண்டுச் சீட்டு அனுப்பப்பட, அடுத்த இரண்டு நிமிடத்தில் பேச்சை நிறைவு செய்ய வேண்டி வந்தது. பல மொழி சுவாசிக்கும் எழுத்தாளர்கள், மொழிபெயர்ப்பாளர்கள் சிலப்பதிகார *fantasy* பற்றி அறிந்த உவகையோடு தேநீர் இடைவேளைக்கு நடந்தார்கள்.

மற்றப்படி ஐநூறுக்கு மேற்பட்ட இலக்கியவாதிகளுக்கு நான்கு நாள் சுவையான உணவும், சௌகரியமான தங்குமிடமும், போக்குவரத்து வசதியும் அளித்து விழாவைச் சிறப்பித்த சாகித்திய அகாதமிக்கு தாராளமாக நன்றி சொல்லலாம்.

9. பாட்டி வீட்டில் உப்பேறி

இந்தக் கட்டடம் அதிக சிகஸ்ததாய்விட்டபடியால் துரஸ்து செய்துகொண்டு வருகிறார்கள்

1903-ஆம் ஆண்டு சுதேசமித்திரன் தினப் பத்திரிகைக் கட்டுரையில் வந்துள்ள வாக்கியம் இது. காசு கொடுத்து வாங்கிய பத்திரிகையை நேரம் செலவழித்துப் படித்து அது என்ன சொல்கிறது என்று புரிய பல மொழி அகராதியும் அந்தக் காலத்தில் தேவையாக இருந்திருக்கும். வேறே ஒண்ணுமில்லை, கட்டுரை ஆசிரியர் சொல்ல உத்தேசித்தது இதுதான்: இந்தக் கட்டடம் அதிகமாகப் பழுதடைந்திருப்பதால் அதைப் பழுதுபார்த்துக் கொண்டிருக்கிறார்கள்.

நூறு, நூற்றைம்பது வருடம் முந்தைய எழுத்துத் தமிழே இப்படி வினோதமாகத்தான் இருக்கும் என்று ஒட்டுமொத்தமாகக் கழித்துக்கட்ட முடியாது. கருப்பன் செட்டியார் என்ற திரு ஏ.கே செட்டியார் அந்தக் காலத் தமிழை இன்றைய மொழிநடையை விட எளிமையாக, சுவாரசியமானதாகக் கையாண்டு எழுதிக் காட்டியிருக்கிறார். அப்படி எழுதியவர்களின் எழுத்துக்கான உதாரணங்களைத் தொகுத்து வழங்கியும் இருக்கிறார். 'தமிழ்நாடு நூறாண்டுகளுக்கு முந்தைய பயணக் கட்டுரைகள்' என்ற அவரது நூல் (சந்தியா பதிப்பக வெளியீடு) இந்த வகையில் முன்னோடி.

சுதேசமித்திரன் கட்டுரை ஒன்று இப்படி இருந்தால் இன்னும் பத்து அதே இதழில் நல்ல மொழிநடையோடு எளிய தமிழில் வந்திருப்பதைப் பார்க்கலாம்.

பழநி பயணக் கட்டுரை அதே சுதேசமித்திரனில்-1903-ல் வந்திருக்கிறது. பழநி முருகன் கோவிலில் பக்தர்கள் பட்ட கஷ்டத்தைச் சொல்வது இப்படி:

ஒரு பிரார்த்தனைக்காரர் அபிஷேகம் செய்யும் காலத்திலேயே வேறு ஒருவருடைய அபிஷேகமும் செய்யப்படுகிறது. ஒரு குருக்கள் விபூதி அபிஷேகம் செய்து முடிப்பதற்குள்ளாகவே வேறொரு குருக்கள் பஞ்சாமிருதத்தை அபிஷேகம் செய்கிறார். அது முடிவதற்கு முந்தியே மற்றொருவர் பாலைக் கொண்டுவந்து சாய்க்கிறார். இன்னொருவர் சந்தனக் குழம்பை ஊட்டுகிறார். மற்றொருவர் அர்ச்சனை செய்கிறார்.

1875-ல் ஜனவிநோதினி பத்திரிகையில் வெளியான செஞ்சிப் பட்டண யாத்திரைக் கட்டுரை கவிதையும் கூடியது.

வாசயோக்கியமான அறைகளாகத் தடுக்கப்பட்டிருக்கிற அம்மண்டபங்களில் எப்பொழுதும் கடுங்காற்று வீசுகின்றது. மண்டபங்களின் மேல் ஏறிச் சுற்றிலும் பார்த்தாலும் பூமி அதலப் பாதாளத்தில் அழிந்துவிட்டாற் போலவும், நான் ஆகாயத்தில் பறக்கிறது போலவும் தோன்றியதல்லாமல் சற்று நேரத்தில் (Fascination of the precipice) கிறுகிறுப்பான மயக்கமும் உண்டாயிற்று.

1910-ஆம் ஆண்டு சென்னையில் பறந்த விமானம் பற்றிக் குறிப்பிடுவது இப்படி -

சில நாளைக்கு முன் கல்கத்தாவில் ஒரு விமானம் செய்யப்பட்டு ஆகாயத்தில் பறந்ததாகத் தெரிவித்திருந்தோம். இப்பொழுது மற்றொன்று சென்னையில் செய்யப்பட்டுவருகிறது. அதுவும் ஆங்கில வண்டிப் பட்டறையாகிய ஸிம்ப்ஸன் கம்பெனியால் செய்யப்பட்டு வருகிறது. சென்னை மவுண்ட்ரோடில் பெயர்போன ஓட்டல் வைத்திருக்கும் டாஞ்சலிஸ் (டி ஆஞ்சலிஸ் என்றும் சொல்வதும் உண்டு) என்னும் பிரெஞ்சுக்காரரால் கண்டு பிடிக்கப்பட்டு, தமிழ் வேலைக்காரர்களால் செய்யப்படுகிறது. ஸிம்ப்ஸன் கம்பெனி மானேஜர் மேற்பார்வையின்கீழ் வேலை நடந்துவருகிறது. இப்போது 12 குதிரை சக்தியுள்ள எஞ்சினால்

நடத்திப் பார்த்தார்கள். சென்னைக்கு அருகில் நடத்தினபொழுது திருப்திகரமாகவே இருந்ததாம். மறுபடியும் 25 குதிரை சக்தியுள்ள ஒரு எஞ்சினைச் சேர்த்து விடும்பொழுது எல்லா ஜனங்களுக்கும் காட்டப்படும். இந்த விமானத்தின் மொத்தபளு, எஞ்சின், ஆளோடு சேர்த்து எழுநூறு ராத்தல்தான். இந்தச் சமயத்திற்கு 20 குதிரை சக்தியுள்ள ஒரு எஞ்சினை இந்த விமானத்திற்கு முடுக்கிவிட்டுப் பறக்க வைக்க யத்தனித்துவருகிறார்கள். இம்மாதிரியான விஷயங்களில் கூடிய சீக்கிரத்தில் நம் இந்தியர்களும் அக்கறை எடுத்துக்கொள்வார்கள் என்று நம்புகிறோம்

இந்தக் கட்டுரை பிரசுரமான வார இதழ் இந்தியா. எழுதியவர் பாரதியார்

குறிப்பு: இந்தக் கட்டுரையில் கண்டுபிடிப்பு என்ற சொல்லை *invention* என்ற ஆங்கிலச் சொல்லின் மொழிபெயர்ப்பாகப் பயன்படுத்துகிறார் மகாகவி. கண்டுபிடிப்பு *discovery* இல்லையோ.

★★★

ஓணம் தமிழ்நாட்டில், முக்கியமாக சென்னையில் கொண்டாடப் படுவது கொஞ்சம் வித்தியாசமாக இருக்கும். மகாபலி ஓணத்தன்று கேரள சேட்டன்மாரையும் தொட்டடுத்த மாநிலத்தாராகிய நந்தமிழரையும் சந்தித்து ஆசியருள வரும்போது கிட்டத்தட்ட முழுத் தமிழகமும் ஓண விடுமுறையில்.

பத்து நாள் ஓணப் பெருநாளின் திருவோண நாளன்று பாதி சென்னை கேரளமாகிவிடும்.

அநேகமாக கம்ப்யூட்டர் சாஃப்ட்வேர் கம்பெனியில் பணி செய்யும் மூத்த இளைஞர்கள் ஆபீஸ் ஹாலில் பூக்களம் என்ற பூக்கோலம் அலங்காரமாக வைக்க தற்போதைய புது வழக்கமான கருப்பு வேஷ்டி, அச்சுதானந்தன் ஜிப்பா தரித்து, பூ வாங்கப் போவார்கள்.

செட் முண்டு என்ற தலைப்பில் சன்னமாகப் பூப்போட்ட வெள்ளைப் புடவையும் முழங்கை வரை மறைக்கும் அதே மாதிரி ப்ளவுஸுமாக தமிழ்ப் பெண்கள் 'ஓணாஷம்ஸகள்' என்று ஓண வாழ்த்தை மலையாளத்தில் சொல்ல ஆபீஸ் கேன்டீன் நாயரிடம் ட்ரெயினிங் எடுப்பார்கள். தலை குளித்து நெற்றியில் சந்தனம் தீற்றி மகாலிங்கபுரம் ஐயப்பன் கோவிலில் வழிபடுவார்கள். அடுத்து ஓண

சத்ய என்ற ஓண விருந்து. ஒரு காலத்தில் ஓண சத்ய வீடுகளில் விஸ்தாரமாக உண்டாக்கி, சாரி, சமைத்து எல்லோரும் தரையில் உட்கார்ந்து இலைபோட்டு உண்ணப்பட்டது. இப்போது ஏதாவது பெரிய ஹோட்டலில் முன்கூட்டியே ரிசர்வ் செய்து சுற்றமும் நட்புமாகக் கூடியிருந்து கழித்து, சாரி மறுபடியும், உண்டு மகிழ்வது நடக்கிறது. குறைந்தது பத்து ஐட்டமாவது உள்ள விருந்து.

நான் இந்த ஓணத்தன்று ஆகஸ்ட் 29 2023 செவ்வாய் குடும்பத்தோடு பாட்டி வீட்டில் ஓண சத்ய விருந்துண்டேன். 'பாட்டி வீட்டில்' என்பது ஹோட்டல் பெயர். சென்னை தி.நகரில் இருக்கும் உணவு விடுதி. கல்யாண வீடு போல் விருந்துக்கு விரைகிறவர்களாகவும், உண்டு முடித்து வருகிறவர்களுமாக நெரிசலும் பரபரப்பும் ஓண வாடையும், சந்தன வாடையுமாக இருந்த சூழல். எங்கேயும் தமிழ்க் குரல்கள்தான் ஓணத்துக்கு வாழ்த்திக்கொண்டிருந்தன.

எனக்கு இஷ்டமான புளி இஞ்சி தொடங்கி கிட்டத்தட்ட 20 வகை கேரள பாரம்பரிய உணவு வகைகள் பருப்பு வடை, தோரன், ஓலன், மெழுக்குப் புரட்டி, எரிசேரி, பப்படம், அவியல், ரெகுலர் சோறு, சாம்பார், ரசம் வகையறா. உண்ட பிறகு சின்னச் சின்னதாக குருவாயூரப்பனுக்கு நைவேத்தியம் செய்கிற தோதில் உன்னியப்பம், சக்கப் பிரதமன் வெல்லப் பாயசம், பாலடைப் பிரதமன் பால் பாயசம், மற்றும் ஸ்ட்ராங்க் ஃபில்டர் காஃபி.

உப்பேறி, ஊறுகாய் என்ன ஆச்சு?

★★★

பசிஃபிக் தீவு நாடுகளான ஆஸ்திரேலியாவும் நியூஸிலாந்தும் திரைப்படத் துறையில் பிரகாசித்திருக்கின்றனவா என்று போன மாதம் என்னிடம் யாராவது கேட்டிருந்தால் செயற்கை அறிவு *artificial intelligence CHATGPT*ஐ விசாரித்திருப்பேன். இப்போது அந்த *Down Under* பிரதேசத்து சினிமா பார்த்து அறிவு பெற்று முகம் சற்றே ஒளிர்ந்திருக்கிறேன். விவரம் இதோ-

அரபு சாயையில் ஒரு ராஜகுமாரன். அமெரிக்கா வரும்போது தலைமுடி காடு மாதிரி அடர்ந்து இருக்கிறது. காரியதரிசி மூலம் ராஜகுமாரர்கள் முடிவெட்டிக் கொள்ளும் முடிதிருத்தகத்தைக் கூப்பிடச் சொல்கிறான். தவறுதலாகப் பெயர் கொடுத்துத்

தேடி ஒரு அழகான கத்துக்குட்டிப் பெண்ணை அழைத்து வருகிறார்கள். கரெக்ட், அதேதான். அவள் தான் கதாநாயகி. சுமாராக முடிவெட்டுகிறாள். அட்டகாசமாகக் காதலிக்கிறாள். ராஜகுமாரன் அவளையும் கடையில் சக கத்துக்குட்டிப் பெண்கள் சிலரையும் தன் நாட்டுக்கு இது நியூசிலாந்தில் இருக்கும் ஒரே கோட்டை- தன் கல்யாண நிச்சயதார்த்தத்துக்கு அழைத்துப் போகிறான். செகண்ட் ஹீரோயின் வந்தாச்சு. முடிதிருத்தும் பெண், ராஜகுமாரன் காதல் வலுவாகிறது. அவனுக்கு நாட்டில் ஏழைகள் இருப்பதே அவள் சொல்லித்தான் தெரிகிறது. சமூகப் பிரக்ஞையோடு காதலுக்காக முடி துறக்க, இது வேறே முடி, இளவரசன் தயார் - மீதியை சின்னத்திரையில் காண்க.

திரைப்படம் *The Royal Treatment. Netflix Release.*

முழுக்க *kiwi* கிவிகளே - நியூஸிலாந்து நடிகர்களே நடித்த படம் இது. இது போல் ஆஸ்திரேலிய, நியூஸிலாந்து படங்கள் குறைந்தது நான்காவது நெட்ஃப்ளிக்ஸில் இருக்கின்றன.

இன்னும் எத்தனை காலம் ஆஸிவுட்டிலும், நியூஸிவுட்டிலும் இம்மாதிரிக் கதை திரித்துக் கொண்டிருப்பார்களோ.

10. நாற்ற வரி

இருநூறு வருடம் முந்திய லண்டன் மாநகர முடுக்குச் சந்தில் மரப்படி ஏறி மாடிக்குப் போனால் அழுக்காக ஒரு ஆபீஸ். தினசரி குளித்து சவரம் செய்து கொள்ளாமல் அழுக்கு மூட்டைகளாக வேலைக்கு வந்த ஏழெட்டு வெள்ளைக்கார குமாஸ்தாக்கள். டைப் ரைட்டர்கள் இன்னும் உருவாக்கி வரவில்லை என்பதால் அசட்டு ஜோக் உதிர்த்துக்கொண்டு உதட்டுச் சாயம் பூசிக்கொண்டு பெண் டைப்பிஸ்ட் கிடையாது. நிரம்பி வழியும் குப்பைக் கூடைகள். ஃபைல்கள் ஒரு மேஜையிலிருந்து அடுத்த மேஜைக்கு நகர ஒரு மாதம். எங்கும் சூழ்ந்த புகையிலை வாடை. எத்தனையோ அந்தக் கால ஆபீஸ்களில் இதுவும் ஒன்று.

ஒரே வித்தியாசம், இந்த ஈஸ்ட் இண்டியா கம்பெனி ஆபீஸ், இந்தியா என்ற மிகப்பெரிய நாட்டை ஆண்டு கொண்டிருக்கிறது. இங்கிலாந்து அரச குடும்பமும், அரசியல்வாதிகளும் பிரமித்துப் போயிருக்கிறார்கள்.

ஒரு சில மாதத்தில் இந்த வியாபாரக் கம்பெனி கூடுதல் இடம் பிடித்து, மேஜை நாற்காலி போட்டுக்கொண்டு மும்முரமாகக் கணக்கு எழுதிக்கொண்டு 250 குமஸ்தாக்கள் வேலை பார்க்கிறார்கள். ஆயிரக்கணக்கான மைல்களுக்கு அப்புறம் இந்தியாவில் இருபதாயிரம் சிப்பாய்களை லண்டனிலிருந்து இயக்கிய இவர்களைக் கொஞ்சம் தாராளமாக விட்டிருந்தால்

பக்கிங்ஹாம் அரண்மனையில் நுழைந்து மகாகனம் பொருந்திய விக்டோரியா மகாராணியையே ஆட்டிப் படைத்திருப்பார்கள்.

வில்லியம் டால்ரிம்பிள் தன் *The Anarchy* 'அராஜகம்' நூலில் காட்டுகிற பதினெட்டாம் நூற்றாண்டு இறுதி, பத்தொன்பதாம் நூற்றாண்டின் தொடக்கம் இது.

டால்ரிம்பிள் சரித்திரத்தைப் புனைவாகவும், புனைவை சரித்திரமாகவும் எழுதி, படிக்க சுவாரசியமாக்கக் கூடியவர். இருபது வருடம் முன்பு அவர் கடைசி முகலாய சக்கரவர்த்தி பகதூர் ஷா ஸபருடைய வாழ்க்கையை எழுதிய *The Last Moghul* 'இறுதி முகலாயர்' புனைவு நடை வரலாற்று நூல் இதைச் சொல்லும்.

அந்த ஆண்டு சிறந்த புனைவு, அல்புனைவு நூல்களுக்கான கிராஸ்வேர்ட் தேர்வுக் குறும்பட்டியல்களில் இடம் பெற்ற ஆங்கில, மொழிபெயர்ப்பு புத்தக ஆசிரியர்களில் டால்ரிம்பிள், காலம் சென்ற அசோகமித்திரன் மற்றும் நானும் உண்டு. அசோகமித்திரன் அவரது தண்ணீர் நாவல் மொழிபெயர்ப்புக்காகவும், நான் என் அரசூர் வம்சம் மொழியாக்கமான *Ghost of Arasur* நூலுக்காகவும் இடம் பெற்றிருந்தோம்.

டால்ரிம்பிளுக்குத்தான் பரிசு என்று எதிர்பார்த்திருந்ததை விருது வழங்கும் விழாவில் என் அருகில் அமர்ந்திருந்த அவரிடமே சொல்ல, இருக்காது என்று தலையாட்டினார் அந்த அடக்கமான ஸ்காட்டிஷ்காரர். அவருக்குத்தான் பரிசு.

அது *The Last Moghul* காலம். இது *The Anarchy* காலம்.

1800-களின் தொடக்கத்தில் தில்லி முகலாய சக்கரவர்த்தி ஷா ஆலம் பற்றி விவரமாக தன் *Anarchy* 'அராஜகம்' என்ற கிழக்கிந்தியக் கம்பெனி பற்றிய புத்தகத்தில் எழுதிப்போகிறார் டால்ரிம்பிள். அதுக்கும் கிழக்கிந்தியக் கம்பெனிக்கும் என்ன சம்பந்தம் என்று கேட்டால் ரெடியான பதில் உண்டு.

அந்தக் காலகட்டத்தில் காஷ்மீரில் இருந்து கன்யாகுமரி வரை அரசியல், பொருளாதாரம், இயற்கைப் பேரழிவு எது நடந்தாலும் *Ripple Effect* ஆக கிழக்கிந்திய கம்பெனியின் சர்வதேச வர்த்தகத்தை பெரும்பாலும் அவர்களுக்குச் சாதகமாகப் பாதித்தது என்பது உண்மை.

முகலாய சக்கரவர்த்தி ஷா ஆலம், நவாப் ராஜ்ஜியங்களை வென்று அடக்கி தன் ஆட்சிக்குக் கீழ் வைத்திருந்தது தகவலாக மட்டும் இருந்தால் டால்ரிம்பிள் அதை விவரமாகச் சித்திரித்திருக்க மாட்டார் என்றே தோன்றுகிறது.

இந்த சுற்றுவட்டார, தூரப்பிரதேச நவாப் ராஜ்ஜியங்களில் அவர் சுலபமாக வென்றது ரோஹில்லா பிரதேசத்தை. முகலாய சக்கரவர்த்தி ஷா ஆலம், ரோஹில்லாவின் இளைய நவாப் குலாம் காதிரோடு ஒருபாலின உறவு பூண்டிருந்தார். அவரது ராஜ்ஜியத்தைப் பிடுங்கிக்கொண்டு, உடம்பையும் ஆக்ரமித்து காமத்தில் திளைத்திருந்தபோது ஷா ஆலம் எதிர்பார்த்திருக்கவே மாட்டார்- வளர்த்த கடா கண்ணில் பாயும் என்று.

ஷா ஆலம் பாதுஷாவின் ஆட்சியைக் கவிழ்த்து தில்லி செங்கோட்டை அரண்மனையைக் கைப்பற்றினான் குலாம் காதிர். பாதுஷா புளகாங்கிதம் எய்த வழக்கம்போல் சக்கரவர்த்தியின் மடியில் உட்கார்ந்து காமம் சொன்னான் குலாம் காதிர். உடனே சிறு கத்தியை எடுத்து சக்கரவர்த்தி கண்ணைப் பிடுங்கினான்.

அதோடு நிறுத்தாமல் ஷா ஆலம் பாதுஷாவின் மகள்களை நிர்வாணமாக்கி நடனமாடச் சொன்னவனும் அவனே. சில நாள் முன்பு அவர்களை சகோதரி என்று அன்பு கனிய அழைத்து வந்தவன் குலாம் காதிர்.

அரசவை முக்கிய உறுப்பினர் ஒருவரின் மகள்கள் சுந்தரிப் பெண்குட்டிகள் என்று கேட்டு உடனே தன் நண்பர்கள் குழுமியிருக்க அந்த அழகான ஸ்திரிகளின் உடை களைந்து, அவர்களின் உடல் முழுக்க பரிசோதனை செய்தான். அவர்களை நண்பர்களுக்குப் பரிசாக அளித்தவனும் அவன்.

ஷா ஆலம் ஆட்சிக் காலத்து பிரமுக வர்த்தகர்களிடம் கட்டாயமாக வரி என்று பணம் பிடுங்கி, கொடுக்காத வர்த்தகரை மலக்குழிக்குள் தள்ளி அவர்கள் நிலையைக் கண்டு கண்டு ஆனந்தித்தவன் குலாம் காதிர்.

நாற்றமடிக்கும் வரி வந்து சேர்ந்ததுதான். அப்படி குலாம் காதிருக்குப் போகாவிட்டால் சுற்றிவளைத்துக் கிழக்கிந்தியக் கம்பெனிக்குக் காசு போயிருக்கும். எப்படி பிருஷ்டம் கழுவுவது என்றுகூடத் தெரியாத இங்கிலீஷ்காரனுக்குக் காசு கொண்டு

சேர்க்க நாம் ஏன் உழைக்கணும் என்று முகலாய அரசவை அதிகாரிகள் கிழக்கிந்தியக் கம்பெனிக்கு எதிராக, குலாம் காதிருக்கு ஆதரவாகப் போனார்கள்.

மடியில் உட்கார்ந்து காதலன் கண்ணை நோண்டி எறிந்து, இல்லாத அவமரியாதை எல்லாம் செய்து குடிக்கத் தண்ணீர் கூடக் கொடுக்காமல் கஷ்டப்படுத்திய விவரம் விலாவாரியாக வந்திருக்கிறது தி அனார்க்கி புத்தகத்தில்.

அந்தப் பையன் குலாம் காதிர் ஆணுமில்லை, பெண்ணுமில்லை என்று வரலாற்று ஆசிரியர்கள் கண்டுபிடித்திருக்கிறார்கள் என்று விவரம் தொடர்ந்து சொல்கிறார் டால்ரிம்பிள்.

எல்லாத் துன்பத்துக்கும் நடுவே முகலாய சக்கரவர்த்தி ஷா ஆலம் பாதுஷா உருதுக் கவிஞர்களின் ஷாயரி கவிதைகளை வாஹ் வாஹ் என்று கேட்டு அனுபவித்துத் தானும் கவிதைகளை மனதில் இயற்றியுள்ளார். டால்ரிம்பிள் எழுதுகிறார்.

எல்லாம் சரிதான், கிழக்கு இந்தியா கம்பெனி? வந்துகொண்டே இருக்கு சார்.

1803-ஆம் ஆண்டு இரண்டு லட்சம் போர் வீரர்கள் இந்தியாவில் படை வகுத்திருக்க, நவாப், பாதுஷா, மஹாராஜா என்று இங்கே இருந்த அதிகார வர்க்கம் கம்பெனி வெள்ளத்தில் அடிபட்டுப் போகிறது. கும்பேனியார் (கிழக்கு இந்தியா கம்பெனி) 1858-ல் பிரிட்டீஷ் அரசு சட்டம் மூலம் பிரிட்டீஷ் அரசுடைமை ஆனது. அதன் வரலாறு விவரிக்க எழுதப்பட்ட ‘அராஜகம்’ - தி அனார்க்கி புத்தகத்தில் ஈஸ்ட் இந்தியா கம்பெனி அவ்வப்போது வந்து, காணாமல் போய்த் திரும்ப வருகிறது. இதுவும் கொஞ்சம் போல எழுத்து அராஜகம்தான்.

Dalrymple, William. The Anarchy: The Relentless Rise of the East India Company . Bloomsbury Publishing. Kindle Edition

★★★

ஊருக்கு அருகே ஊர்க்காரர்கள் பெரும்பாலும் வேலை பார்க்கும் துணி மில். அங்கே நடந்தே போய்விடும் தூரத்தில் காம் சந்து. ஒழுங்கில்லாத வரிசையாகச் சின்னச் சின்ன வீடுகள். சந்தின் தொடக்கத்தில் இரண்டு சிறிய கழிப்பறைகள். அது முடிகிற

இடத்தில் இன்னும் இரண்டு. சந்து வீடுகள் அந்த நாலு டாய்லெட்டுகளை பங்கு போட்டுக் கொள்ளும். மின்சாரம் இல்லாதவை அந்த கழிப்பறைகள். கயிற்றைப் பிடித்து இழுத்து தண்ணீர் ஒழுகும் சாதாரண ப்ளஷ் அவுட் கொண்டவை. துடைத்துக்கொள்ள டாய்லெட் காகிதம்கூட இல்லை அங்கே. பழைய செய்தித்தாளைக் கிழித்து உபயோகித்தாகிறது.

இந்த விவரணையைப் படித்தால் எழுபது வருடம் முன்பு திருச்சிராப்பள்ளி பக்கம் தொழிற்சாலையைச் சார்ந்து இருக்கும் சிற்றூரும் அங்கே குறுகிய தெருக்களும், சந்துக்களும், ஏழெட்டு வீடுகள் சேர்ந்து இருக்கும் 'ஸ்டோர்'களும், அவை பங்கு போட்டுக்கொள்ளும் கழிவறைகளும் குளியலறைகளும் மனக் கண்ணில் விரியும்.

ஆனால் இது எல்லாம் திருச்சியோ புதுக்கோட்டையோ இல்லை. 1930-களில் இங்கிலாந்து யார்க்ஷயர் கவுண்டியில் (மாவட்டத்தில்) இருந்த வீட்டு வசதி நிலைமை. அங்கே கழிவறையை ராத்திரி நேரத்தில் உபயோகிக்க முடியாது. சிறுநீர் கழிக்க படுக்கை அறையிலேயே வாளி வைத்துக்கொள்ள வேண்டும். டு பாத் ரூம் ராத்திரியில் வந்தால் வேறே வழியில்லை, விடியும்வரை காத்திரு தான்.

குளியலறையும் பொதுவில் வைத்திருந்தது இன்னும் சிரமமானது. வாரம் ஒரு தடவை ஒவ்வொரு வீட்டாரும் ஒருவர் ஒருவராகக் குளியல் தொட்டியில் குளிக்க வேண்டும். அப்பா குளியலைத் தொடங்கி வைத்து அம்மா, அண்ணன் என்று மற்றவர்கள் குளித்து, வீட்டுக் கடைசி வாரிசு சின்னப் பையன் குளிக்கத் தொட்டியில் இறங்கும்போது தண்ணீர் அழுக்கும் சோப்பு வாடையும் கலந்து அடிக்கும்.

இப்படியான 1940ஆம் ஆண்டின் ஊர்க் கதையை சுயசரிதையில் பிணைத்து 2023ல் எழுதவும் வாசிக்கவும் ரம்மியமானது. கிட்டத்தட்ட நூறாண்டுப் பழமை, அன்றைய வழக்கங்கள், மனிதர்கள், மதிப்புகள் பற்றிய தன்வரலாற்று நூல், *Making it so - A memoir.*

அப்போது சிறுவனாக இருந்து இப்போது இங்கிலாந்திலும், அமெரிக்காவிலும் பிரபலமான ஷேக்ஸ்பியர் நாடக நடிகராக

விளங்குகிறவர் எழுதியது. மற்றும் சின்னத் திரையிலும் திரைப்படத்திலும் காப்டன் ழான் லுக் பிகார்ட் என்ற கதாபாத்திரப் பெயரில் உலகம் முழுவதும் பிரபலமான சர் பேட்ரிக் ஸ்டூவர்ட் எழுதிய *Making it so A memoir* நூல் இது. போன மாதம் வெளியாகி அமெரிக்காவிலும் பிரிட்டனிலும் சக்கைப்போடு போடுகிறது.

சர் பேட்ரிக்கின் அப்பா இந்தியாவில் 1920-களிலும் 1930-களிலும் பிரிட்டீஷ் ராணுவ வீரராகப் பணியாற்றியதில் தொடங்கும் இந்த வரலாறு, பேட்ரிக் ஒன்பது வயதில் அடுத்த வீட்டு அதே வயதுப் பெண்ணுக்கு வீட்டுக் கதவை சாத்திவைத்து முத்தம் கொடுத்தபோது, அடுத்த வீட்டம்மா பார்த்து விட்டதில் மெல்ல நடக்கிறது.

பேட்ரிக்கின் தாத்தா நாடக நடிகராக இருந்த மறைக்கப்பட்ட பழங்கதையைப் பாட்டி சொல்வதில் வேகமெடுக்கிறது. ராணுவத்தில் சேர்ந்து சொல்லாமல் கொள்ளாமல் தப்பி ஓடி வந்து நாடகக் கம்பெனியில் சேர்ந்தவர் அவர் என்பதில் சர் பேட்ரிக் சந்தோஷப்படுகிறாரா துக்கப்படுகிறாரா என்று சரியாகத் தெரியவில்லை.

அவர் நாடகத்தில் நடிக்கப் போனபோது, ராணுவத்திலிருந்து ஓடி வந்ததற்காகக் கைது செய்ய போலீஸ் நாடகக் கொட்டகை வாசலில் வந்து நின்றிருக்கிறது.

நாடகத்தில் நான் நடிக்காவிட்டால் காசு கொடுத்து டிக்கெட் வாங்கிய ஜனங்கள் ஏமாற்றமடைவார்கள். ஆகவே நாடகத்தில் நடித்து மேக்கப் கலைந்து திரும்பி வருகிறேன், என்னைக் கைது செய்யுங்கள் என்று மேடைக்கு கீழே டயலாக் அடித்தார் பேட்ரிக்கின் தாத்தா.

போலீஸ் காத்திருக்க, நாடகம் முடிந்திருக்க, தாத்தா வேறு வாசல் வழியாகத் தப்பி ஓடிவிட்டார்.

இந்த கஷ்டம் எதுவுமின்றி நாடக வாழ்க்கை தொடங்குகிறது சர் பேட்ரிக்குக்கு. தாத்தாவைவிடச் சற்றே வேகமெடுக்கிறது சர் பேட்ரிக்கின் நாடக ஜீவிதம்.

தமிழ்நாட்டில் இதே காலகட்டத்தில் பாய்ஸ் கம்பெனி நடிகர்கள்

பட்ட பாடு எல்லாம் அவர்களின் இங்கிலீஷ்கார சகோதரர்கள் அனுபவித்திருப்பதற்கு சர் பேட்ரிக் எழுதிய இந்தப் புத்தகமே சான்று.

இங்கே போல அங்கேயும் மேடையில் வந்து நிறைய காட்சிகளில் பேசி நடிக்கிற நடிகர்கள் ஓசத்தியானவர்கள். தெருவில் சும்மா நடக்கிறவர்கள் போன்ற *atmosphere* சூழல் உருவாக்கும் துணை நடிகர்கள், நடிகர்களில் கடைசி வரிசைக் கதாபாத்திரங்கள். ஷேக்ஸ்பியர் எழுதிய தெரு அது என்பதே பெருமை.

மற்றபடி எப்படி நடிக்க வேண்டும் என்பதிலும் எழுதாத கட்டுப்பாடுகள் உண்டு. துணை வில்லனும் அடியாள்களும் மேடையில் தோன்றும் துக்கடா காட்சி என்று வைத்துக்கொள்ளலாம். வாங்கப்பா போகலாம் என்று அந்தக் கூட்டத்தில் ஒரு அசிஸ்டெண்ட் வில்லன் சொல்கிறதாக இருக்கும் என்றால், சும்மா அப்படிச் சொல்ல முடியாது.

இந்தக் காட்சியின் மெயின் கதாபாத்திரமான துணை வில்லனைப் பார்த்து வாங்கப்பா என்று வேண்டுதல் செய்யவேண்டும். சரி தேடுங்கள் என்று துணை வில்லன் அவனுக்கான ஒரு வரி வசனத்தை தரையைப் பார்த்துச் சொல்வதே கௌரவம்.

அதிர்ஷ்டமோ ஆற்றலோ சில நடிகர்கள் தெருவோடு நடந்து அட்மாஸ்பியர் உருவாக்கி நடித்து இருபது வருடம் கழித்து மெயின் கதாபாத்திரமாக ஜொலிப்பதும் உண்டு.

சர் பாட்ரிக் பிற்காலத்தில் சின்னத்திரை மற்றும் திரைப்பட கதாநாயகராக மின்னும்போது எண்பது பிளஸ் வயதில் தலை வழுவழுவென்று இருக்க - அந்த நாடக வில்லனாக வந்து நடித்தவர் ஒரு பழம்பெரும் அட்மாஸ்பியர் நண்பர்தான் என்பதைப் போகிற போக்கில் சொல்லிப் போகிறார் பேட்ரிக்.

பிரிட்டீஷ் ஷேக்ஸ்பியர் நாடக நடிகராக பிரபலமாகி, அமெரிக்காவில் அறிவியல் பெருங்கதை ஸ்டார் ட்ரெக் கதாநாயகனாக பேட்ரிக் மின்னத் தொடங்கியபோது அவருக்கு வயது நாற்பதுகளில்.

இங்கிலீஷ் குடியுரிமையோடு அமெரிக்கக் குடியுரிமையும் பெற்று கலிபோர்னியாவில் வீடு விலைக்கு வாங்கி செட்டில் ஆனதை

சுவையாக விவரிக்கின்றார் பேட்ரிக். அதற்கு ஒரு வால் உண்டு.

கலிபோர்னியா வீட்டில் நடு ராத்திரி மாடியில் யாரோ பேசிக்கொண்டிருக்கும் சத்தம் கேட்டபடி இருந்தது. ஹாலில் உட்கார்ந்து டெலிவிஷன் பார்த்தால் இதைவிட பயங்கரம் - புத்தக ஷெல்ப்பில் இருந்து ஒவ்வொரு புத்தகமாக யாரோ எடுத்துத் தரையில் போட்டார்கள்.

உருவம் தெரியாத பிசாசு செய்த குறும்பு. பொறுக்க முடியாமல் வீட்டை விற்றுவிட்டார் பேட்ரிக். வீட்டை விலைக்கு வாங்கியவர் சில காலம் கழித்து பேட்ரிக்கை ஏதோ நிகழ்ச்சியில் சந்தித்தபோது கேட்டாராம் – 'வீடு விற்றீங்க, சரி. கூடவே ஒரு பிசாசையும் இலவசமாகக் கொடுத்திருக்கீங்கன்னு சொல்லவே இல்லையே, ஏன் சார்?'

அகில உலக நடிகர்களைக் கொண்டு பத்துமணி நேரம் நடக்கும் மகாபாரதம் நாடகம் நிகழ்த்திய பீட்டர் புரூக்ஸ், காந்தியாக நடித்து உலகப் புகழ் பெற்ற பென் கிங்ஸ்லி போன்ற இயக்குநர்கள், நடிகர்களோடு நட்பு பற்றி விரிவாக எழுதும் சர் பேட்ரிக் தன் 'இரு வெரானோகார கனவான்கள்' நாடக அனுபவம் பற்றிச் சொல்வது அலாதியானது.

ஷேக்ஸ்பியரின் அவ்வளவாகப் பிரபலமாகாத நாடகம் இது. வேலைக்காரனாக வரும் சர் பேட்ரிக் கூடவே அந்த வேலைக்காரன் வளர்க்கிற நாயும் ஒரு கதாபாத்திரமாக வரும். பேட்ரிக் நீள வசனம் பேசும்போது கொட்டாவி விடுவது அல்லது எழுந்து உள்ளே போகிறது என்று யாரும் சொல்லித் தராமலேயே 'தன் கருத்தைச் சொல்லும்' அந்த நாய் வந்த ஒரு காட்சியில் விமர்சனமாகவோ என்னவோ செய்து காட்டியது மகா அராஜகம். சர் பேட்ரிக் நீள வசனம் பேசத் தொடங்க, மேடையில் அமர்ந்து நிதானமாகத் தன் குறி சுவைத்தது அந்த நாய். அரங்கம் கைத்தட்டில் அதிர்ந்தது. அடுத்த வசனத்தை நிதானமாகச் சொன்னார் சர் பேட்ரிக் நான் நாய். நாய் நான். நான் நான் தான். நாய் நாய்தான்.

எல்லாமே ஷேக்ஸ்பியர் எழுதியது.

Stewart, Patrick. Making It So: A Memoir. Gallery UK. Kindle Edition

★★★

பதினெட்டு நிமிட நேரத்தில் ஓடி முடிகிறதாக, ரோல் தாஹல் எழுதிய சிறுகதையை அடிப்படையாக வைத்து உருவாக்கிய திரைப்படம் 'எலி பிடிப்பவர்'. எலியைப் பிடிக்க, எலியைவிட எலியாக இருக்க வேண்டும் என்ற அழுத்தமான நம்பிக்கை கொண்ட மையக் கதாபாத்திரம் இந்தப் படத்தில் உண்டு.

வாகனங்களுக்கு பெட்ரோல் நிரப்பும் பங்கில் எலித் தொல்லை ஓரேயடியாக ஓய்ந்துவிடும் என்று வழி சொல்கிறார் எலி பிடிப்பவர். இனிப்பு ஓட்ஸ் தட்டையை சாக்கடை எலிகளுக்கு நான்கு நாள் சாப்பிடக் கொடுத்து அவற்றின் நம்பிக்கையைக் கவர்கிறார் அவர்.

அடுத்த நாள் விஷம் தடவிய ஓட்ஸ் தட்டையை சாக்கடையில் வைக்க, சாமர்த்தியமான எலிகள் தொடவே இல்லை. ஒரே வழியாக எலி பிடிப்பவர் சொல்வது, மற்றும் நடத்திக் காட்டுவது – பிரச்னைக்கு ஒரே தீர்வு, சாக்கடை எலிகளைப் பிடித்துக் கடித்துக் கொல்வதுதான். பாக்கெட்டில் கொண்டுவந்த எலிகளை வைத்து வாயில் ரத்தம் ஒழுக இதை மெய்ப்பித்துக் காட்டுகிறார். எலியாகி எலியைக் கொல்ல வழி வேறில்லை.

அவரைத் திருப்பி அனுப்ப, எலி மாதிரி நடந்து போகிறவர் தலை அசைவும் முகச் சாயலும் அசல் எலிதான்.

இந்தக் குறும்படம் கண்ட அறிவுசால் அறிஞர்கள், இதை வேதாந்தமாக விரித்துப் பொருளுரைக்க யாதானும் சற்று இடமிருந்தால் சாற்றீரோ என்று வினவி, இது குறித்து மேற்கொண்டு ஆலோசித்துக் கொண்டிருக்கிறார்கள்.

எலியைப் பொறி வைத்துப் பிடித்து மைதானத்தில் விட, 'வெட்டவெளி பழக்கமில்லாமல் எலி தாறுமாறாக ஓடியது' என்று அந்த இழிபிராணிக்கும் பரிவு பாராட்டும் அசோகமித்திரன் சிறுகதை 'எலி' சற்றே உயரத்தில் இருக்கிறது!

Netflix short film Rat Catcher (2023)

நவம்பர் 2023

11. இடியப்பா

வாழ்க்கை வரலாறுகள் சுவாரசியமானவையோ என்னமோ, பிள்ளைப் பிராயத்தைப் பற்றி நனவிடை தோய்தல் எழுத்துகள் எத்தனை பேர் எழுதினாலும், ஒவ்வொன்றையும் ஒரு நூறு பேராவது வாசித்துச் சிலாகிப்பது நடக்கின்ற ஒன்று.

உதாரணத்துக்குத் தமிழில் சுஜாதா எழுதிய ஸ்ரீரங்கத்துத் தேவதைகள் எழுத்துகள். 1940, 1950-களின் பள்ளிக்கூட மாணவனின் பார்வையில் அந்தக் காலத்து ஸ்ரீரங்கத்தைப் படம் பிடிக்கிற இக்கட்டுரைகளை எப்போது படித்தாலும் அங்கே போக முடியும். அதைப் படிக்கிறவர் இருபது வயதில் இருந்தாலும், ஐம்பது வருடத்துக்கு முந்தைய ஸ்ரீரங்கம் மனக் கண்ணில் காணக் கிடைக்கும்.

இப்படியான எழுத்து அல்புனைவாக இருந்தாலும், பயோ பிக்ஷன் என்ற தன் வாழ்க்கையைப் புனைவு சேர்த்துச் சொல்லுவதாக இருந்தாலும் சுவாரசியத்துக்குக் குறைவேதும் இருக்காது.

இங்கிலீஷ் பயண இலக்கியத்தில் தனி இடம் பிடித்துள்ளவர் பில் ப்ரைஸன். தமிழில் கல்கி அந்தக் காலத்தில் பயணக் கதையை நகைச்சுவையோடு எழுதிய மாதிரி படிக்க லகுவாக, நகைச்சுவை மேவியதாக எழுதுகிறவர் பில்.

மூன்று வருடம் முன்பு, தன் பிள்ளைப் பருவத்தை எழுதினார் அவர். அமெரிக்காவில் வாஷிங்டன் மாநிலத்தில் டெஸ் மைன் நகரைப் பிறந்த இடமாகக் கொண்டவர். அமெரிக்கரான பில்

ப்ரைஸன் இங்கிலாந்து நாட்டாலும், மக்கள், கலாசாரத்தாலும் ஈர்க்கப்பட்டு பிரிட்டீஷ் குடிமகனானார். என்றாலும் அவர் கிண்டல் செய்யும் நாடுகளில் முதலானது இங்கிலாண்ட்தான்.

இடியப்பா என்று தோராயமாக மொழிபெயர்க்கலாம் பில் ப்ரைஸனின் சிறார் பிராயத்தைச் சொல்லும் புத்தகத்தின் பெயரை. லைஃப் அண்ட் டைம்ஸ் ஆஃப் த தண்டர்போல்ட் கிட். பில் தன்னை மிகப் பலசாலியாகவும், சூப்பர் மேன், ஸ்பைடர் மேன் போல் பராக்ரமசாலியாகவும் கற்பனை செய்துகொண்ட சிறுவர் காலம் அது. அந்தப் பருவத்தில் எந்தச் சிறுவனுக்கும், எந்த நாட்டில் இருந்தாலும் இந்தக் கற்பனைச் சரடு மனதில் தோன்றாமல் போகாது. உதாரணத்துக்கு ஒன்று.

இடியப்பா ஹோட்டலுக்குப் பெற்றோருடன் போனபோது ஜக்கில் இருந்து தண்ணீர் குடிக்கிறான்; அப்புறம் தான் தெரிகிறது நாலு மேஜை தள்ளி ஒரு நோயாளிக் கிழவனுக்கு அதே ஜக்கில் இருந்து தண்ணீர் கொடுக்கப்பட்டிருந்தது. இடியப்பா அந்தக் கிழவனை முறைத்துப் பார்க்க, இடியப்பா கண்ணில் இருந்து அக்னி கிரணம் புறப்பட்டுப் போய் அந்த வயசனைக் கொன்றுபோடுகிறது.

இந்தப் புத்தகத்தின் தனிச் சிறப்பு எங்கே தன்சரிதம் தடம் மாறி ஃபாண்டஸி ஆகிறது, எங்கே ஃபாண்டஸி தேய, புள்ளிவிவரம் அழுத்தமான அடிப்படை அளிக்க வரலாறு தொடங்குகிறது என்று வாசகர் மயங்கி இருக்க உரைநடைப் புனல் சீரான வேகத்தில் போய்க்கொண்டிருக்கிறது.

நூலில் இருந்து அங்கொன்றும் இங்கொன்றுமாக சொல் மேயக் கிட்டியது இது. 1930-களின் பொருளாதார நலிவில் பெரிதும் பாதிக்கப்பட்டிருந்தது அமெரிக்கா. ஜான் ஸ்டீன்பெக் எழுதிய *The Grapes of Wrath* த க்ரேப்ஸ் ஆஃப் ராத் நாவல் படிக்கக் கிடைத்தால் உடனே வாசிக்கலாம். *Depression* டிப்ரஷன் பற்றிய அருமையான நாவல்.

இரண்டாம் உலக மகாயுத்தம் முடிந்த 1940-களின் மத்திய காலத்தில் உலக அளவில் தனிநபர் வருமானம் அதிகமானது அமெரிக்காவில் தான். வாஷிங் மெஷின், டெலிவிஷன், ரெஃப்ரஜிரேட்டர், வாக்கூம் க்ளீனர் என்று வீடு தோறும் மின்சார சாதனங்களை வாங்க இந்த அதிகத் தனிநபர் வருமானம் பயன்பட்டது.

என்னதான் தனி நபர் வருமானம் அதிகரித்தாலும், 1930களின்

பொருளாதார வீழ்ச்சியைக் கடந்து வந்த அந்தக் காலச் சந்ததி, எதிலும் சிக்கனம் கடைப்பிடித்தது. தீனி தின்ன காகிதத் தட்டைப் பயன்படுத்தி சாப்பிட்டு முடிந்து அந்த பேப்பர் ப்ளேட்டைக் கழுவி உலர்த்தி மறுபடி தன் பெற்றோர்கள் உபயோகித்ததாக ப்ரைஸன் சீரியஸாகக் கதை விடுகிறார்.

பல அமெரிக்க மாநிலங்களில் சட்டமிருந்தது - கல்யாணமான பெண்கள் வேலைக்குப் போகக் கூடாது. இப்போது நம்பவே முடியாத 1940-களின், 1950-களின் நிலை அது. மின்சார சாதனங்களை இயக்கி வீட்டுப் பராமரிப்பை நடத்தும் பொறுப்பு பெண்களிடம் ஒப்படைக்கப்பட்டது. ஆக ஹவுஸ் மேக்கர்கள் என்று கவுரவமாக அழைக்கப்பட்ட அமெரிக்கப் பெண்கள் வீட்டைச் சுத்தம் செய்து, சமையலை முடித்து, சலவை செய்து, காய்கறி, மாமிசம் வாங்கி வந்து குளிர்பதனப் பெட்டியில் அடுக்கி வைத்து, உலர்ந்த துணிகளுக்கு இஸ்தரி செய்து நாள் முழுக்கச் சுறுசுறுப்பாக வீட்டுக் காரியம் செய்ய, அதில் ஆண்களுக்கு எந்தப் பங்கும் இல்லாமல் போனது. பில் ப்ரைஸன் காட்டும் 1950-களின் காட்சி இது.

ஈதிப்படியிருக்க, 1950-களில் அமெரிக்காவில் வீடு தோறும் ஒரு கார் வாங்கி வாசலில் நிறுத்திப் பயணப்பட ஆரம்பித்தார்கள். அடுத்து வீடு தோறும் இரண்டாவது கார் என்று ஓசைப்படாமல் வந்து சேர்ந்தது.

இந்தப் பொருளாதாரம் சார்ந்த தகவல் பொழிவிலிருந்து ப்ரைஸன் ஒரு 'தற்காலத் தொன்மத்துக்கு' தாண்டிக் குதித்துப் போகிறார். 1950-களின் அமெரிக்கச் சிறுநகர வெளியில் ராத்திரி இருட்டைக் கிழிக்காமல் ஒரே சத்தத்தில் இரையும் சிக்கடா பூச்சிகள் சத்தம் மாற்றிப் பையன்களின் அரையில் புகுந்து சர்வநாசம் உண்டாக்கி ஆண்குறியை நிர்மூலம் செய்துவிடும் என்ற பயத்தோடு ப்ரைஸனும் அவர் கால பையன்களும் அரையைப் பொத்திக்கொண்டு ராத்திரி நடந்து போகிறார்கள்.

அவர் சொல்கிற சிக்கடாவும் (சில்வண்டு என்ற பெயரில்), அது சிறுவர்களின் குறி சிதைப்பது பற்றிய பயமும் இங்கேயும் இருந்தவை. பயந்திருக்கிறேன்.

அமெரிக்காவில் பிரைஸன் காட்டும் 1940, 1950-களின் நிலைமை

மாறி ஆண்களும் வீடு பராமரிக்கிறார்கள்; நாம்தான் சாதனங்களை நம் பெண்மணிகளுக்கு வாங்கிக் கொடுத்து இன்னும் அதிகமாக வீட்டுக் காரியத்தில் ஆழ்த்திவருகிறோம். சிக்கடா பூச்சி பயம் விட்டுப்போச்சு.

Bryson, Bill. The Life And Times Of The Thunderbolt Kid: Travels Through my Childhood (Bryson Book 4) Transworld. Kindle Edition.

★★★

ஒரு நாற்பது வருடம் முன்பு எழுத்தாளர் பாலகுமாரன் தன் வரலாறு எழுதியபோது, சுஜாதா அதை 'சற்று அவசரமான சுயசரிதை' என்று விமர்சித்தார். பேராசிரியர் சு.அ. வெங்கட சுப்புராய நாயகர் - நண்பர்களுக்கு அன்போடு நாயகர்- அறுபதாம் ஆண்டு நிறைவு கருதி ஒன்றுக்கு மூன்றாக வெளியான புத்தகங்களை என்ன சொல்வார்? அவர் ஒற்றை வரியாவது எழுதிப் பாராட்டுவாராக இருக்கும். காரணம் இதுதான்

நாயகரின் மணிவிழா மலர்த் தொகுதிகள் படைப்பாய்வு மலர், இலக்கிய மலர் மற்றும் ஆய்வு மலர் என்ற மூன்று நூல்களும் நாயகரைக் குறித்து அவரது நண்பர்கள் எழுதிய, தொகுத்துப் படிக்கிறபோது 360 டிகிரி பார்வை தருகிறவை. நாயகரை அவை எதுவும் விதந்தோதுவதில்லை.

பள்ளியில் கணக்குப் படிக்கப் போய், தேர்வில் தோற்று கல்வியைத் துறந்து குழு விளையாட்டில் நேரம் போக்கினார் பதின்ம வயது நாயகர். பாண்டிச்சேரியில் எல்லா வயதிலும் தட்டுப்படும் கூட்டம்தான் அது.

நாயகருக்கு மகத்தான மாற்றம் ஒன்று கிட்டியது அவரது வாழ்க்கைப் பாதையில். பிரஞ்சு மொழியை ஐயம் திரிபறக் கற்று அறிஞராக அவருக்கு வாய்ப்பு கிட்டியது. திருவானைக்கோவில் அகிலாண்டேஸ்வரியம்மையோ, உஜ்ஜயினி மாகாளியோ அவர் வாயில் தாம்பூலம் உமிழவில்லை. காரணம் அவர் காளமேகமோ காளிதாசனோ இல்லை. நாயகர்தான்.

அப்புறம் அவர் வாழ்க்கை முன்னேற்றம்தான். பிரஞ்சிலிருந்து தமிழுக்கு வெள்ளம்போல் புனைவிலக்கியமும் அல்புனைவுமாக மொழிபெயர்க்கத் தொடங்கினார். பிரஞ்சு, தமிழ் மொழி ஆய்வு நிறுவனத் தலைவரானார்.

மணிவிழா மலர்கள், மிகக் குறைவாகக் கூறியது கூறுதலோடு, நாயகரின் மொழி அறிஞர் முகத்தைக் காட்டுகின்றன. அதெல்லாம் சுவாரசியமானவையே. நாயகர் என்ற மனிதரைப் பற்றிச் சொல்கிற கட்டுரைகள் இன்னும் ரசமானவை.

ரொம்ப ப்ராக்டிகல் ஆனவர் நாயகர் என்ற இந்நூலின் பாட்டுடைத் தலைவர். சபரி மலைக்குப் போய்வர இருமுடி கட்டி மலையாள பூமிக்கு ஐயப்ப சரணம் விளித்துக் கொண்டு நண்பர்களோடு போகிறார். மலையேறலாம் என்று நடந்தால்., மிளகு போட்டால் மிளகு விழாத மிகப்பெரும் பக்தர் கூட்டம். என்ன போச்சு, இன்னொரு தடவை சபரிமலைக்கு வரலாம் என்று தீர்மானித்துத் தலையில் வைத்த இருமுடியோடு மலையிலிருந்து இறங்கிப் போகிறார். பின்னாலேயே நாலு அய்யப்பசாமிகள். நாயகர் வேகமாக நடக்க, அவர் வல்ய குருசாமி என்ற தகுதி பெற்ற தலைமை பக்தராக இருப்பார் என்று நினைத்து நாயகரைப் பின்பற்றி நடந்தவர்கள்!

நாயகரின் அப்பா அழுத்தமான கோட்டுச் சித்திரமாக நூல் பக்கங்களில் எழுகிறார். புதுவை சுதந்திரப் போராட்டத் தியாகி அவர் மகன் மேல் அப்படி ஒரு பிரியம். பெரிசாக எதுவும் கேட்க மாட்டார். சின்னதா மூணு இழை சுத்தின ஜாங்கிரி வாங்கிட்டு வாப்பா. அவ்வளவுதான். தாயில்லாத நாயகரை அவருடைய அத்தை அல்லியங்கோதை அம்மாள் வளர்த்தது, தமிழ் சினிமா பற்றிய அத்தையின் கருத்தோட்டம் என்று செறிவான நினைவுகள்.

நாயகரின் மனைவி சிவகாமியம்மாள் அவருக்குத் தோள்பையில் தேநீர் டிப்டிப் பாக்கெட், வெந்நீர், பால், சீனி என்று பார்த்துப் பார்த்து எடுத்து வைத்து அனுப்புகிறார். நொறுக்குத் தீனியாக கேரட் மற்றும் காய்கறிகளை நறுக்கி ஒரு டப்பாவில் அதையும் அனுப்புகிறார். மற்றபடி அவரும் நல்ல மொழிபெயர்ப்பாளராக முகிழ்ந்தவர். மொழிபெயர்ப்பில் அர் விகுதி, அன் விகுதி தொடர்பான சிக்கல்கள் என்று ஆய்வுக் கட்டுரை எழுதுமளவும் தேர்வடைந்தவர் சிவகாமி. இது மனைவி சிறப்பைக் கொண்டாடும் காலம்.

(பேராசிரியர் க.அ.வெங்கட சுப்புராய நாயகர் மணிவிழா மலர், தமிழன்னை ஆய்வகம், புதுச்சேரி)

★★★

தமிழ்த் தாத்தா உ.வே.சாமிநாதய்யரின் குரு மகாவித்வான் மீனாட்சிசுந்தரம் பிள்ளை. அவருடைய மூத்த சீடர் வித்வான் தியாகராஜ செட்டியார். அவர் கும்பகோணம் கல்லூரியில் பேராசிரியராக இருந்தபொழுது, அங்கே ஒரு கடையில் மூக்குப்பொடி வாங்கி வாடிக்கையாளரானார். அந்தக் கடை பற்றி ஒரு செய்யுளே இயற்றிச் சிறப்பித்து விட்டார். செய்யுள் இப்படி முடியும் -

மதனன் சோம சுந்தரன் கடையில் செய்த
பொடியினைப் போடா மூக்கு
புண்ணியம் செய்யா மூக்கே

தியாகராஜ செட்டியார் மூக்குப்பொடியைப் பரிந்துரைத்தது போல் சென்னை மாம்பலம் பாலாஜி பவன் காப்பியைக் கவிதையில் கொண்டாடினார் ஒரு புலவர். அறுசீர்க் கழிநெடிலடி ஆசிரிய விருத்தமாக அமைந்த அச்செய்யுள்

'மாலும் ஆழி விட்டிறங்கி
மாசில் பாண்டி கடைத்தெருவில்
காலை பனகல் பார்க்கருகே
கருடன் ஓயிலாய் நிறுத்திடுவான்
ஆலா லவிடம் ஒத்திவைத்து
ஆறு மணி க்குக் கடைவாசல்
நீல கண்டன் காத்திருப்பான்
பாலா ஜிபவன் காப்பிக்கே..

ஸ்ட்ராங் காபி குடித்த தெம்பில் இதை நான் தான் எழுதினேன்.

எமது பாடல் பெற்ற இன்னொரு தலம் மதறாஸ் மைலாப்பூர் காளத்தி கடை. வெண்பாவில் பரிந்துரைத்தது அங்கே கிடைத்த ரோஸ்மில்க்கை.

அசுரர்க் களித்தாய் அரவுக்கும் வார்த்தாய்
பசுமேய்த்த ஆயர் ருசித்தார் விசுவனே
தாளில் பணிந்துனக்குத் தந்தோம் அமுதுண்டு
காளத்தி ரோஸ்மில்க் கலக்கு.

நவம்பர் 2023

www.ingramcontent.com/pod-product-compliance
Lightning Source LLC
Chambersburg PA
CBHW031353230926
51848CB00002B/499
9789348439918